E-Z DICKENS
OFURHETJA BÓK 4
Á IS

Cathy McGough

Stratford Living Publishing

Hvað lesendur segja

F IMM STJÖRNUR – AMZON-UMMÆLANDI

"Eftir að hafa lesið þriðju bókina varð ég einfaldlega að kafa beint í þessa. Hún var svo full af hasar. Mér líkaði við nýju persónurnar og einstöku hæfileikana sem þær komu með í liðið. Það var líka frábært að fræðast meira um persónurnar úr fyrstu bókinni. Eins og í síðustu bók voru margir fallegir smáatriði sem fengu mig til að brosa. Mér líkaði lagið um Fúrin og sagan um steinana. Og eftirmálinn vakti hjá mér sterkar tilfinningar."

EFNISYFIRLIT

Fyrir ofurhetjur hvers dags.

Það er ómögulegt að sigra þann sem gefst aldrei upp.

Babe Ruth

Inngangur

Næsti dagur var skóladagur, en þar sem heimsendiinn nálgaðist ætluðu hvorki E-Z né Lia að fara í skólann.

"Ég hef mjög slæmt augnaráð," sagði Lia.

Það var morgunverðartími og hún og E-Z voru ein saman. Sam og Samantha sváfu enn, eins og tvíburarnir Jack og Jill.

"Hvaða konar slæmt augnaráð?" spurði hann og skeiðaði fleiri morgunkorn í sig.

"Manstu í gærkvöldi, þegar mér fannst ég heyra eitthvað?"

"Já, en þú sagðir að þetta væri falskur viðvörunarbjalli. Að hljóðin væru horfin og allt hefði farið aftur í eðlilegt horf."

"Það gerðist og gerðist ekki. Það er erfitt að útskýra. Ég heyrði Rosalie kalla á mig, svo hætti hún. Hún reyndi ekki aftur, svo ég hélt að allt væri í lagi. En nú er ég áhyggjufull því ég reyndi að ná sambandi við hana en gat það ekki. Hún hefur ekki svarað neinum skilaboðum mínum. Ég held að við ættum að fara og athuga með hana. Til öryggis. Það myndi róa hug minn að vita það. Annars mun ég ekki geta sinnt neinu í dag."

"Kannski er hún að sofa yfir sig? Eða símanum hennar hafi klárast." Hann kláraði glasið sitt af appelsínusafa og gekk aftur úr borðstofunni. Hann setti uppvöskunina í uppþvottavélina.

"Kannski. En mig langar samt sem áður til að sjá hana."

"Förum og heimsækjum hana, svo hugur þinn geti róast," sagði hann og hringdi í leigubíl. "Ég vona að þeir láti okkur inn. Við erum jú ekki skyldmenni."

Þau gengu yfir borgina og spurðu um Rosalie við móttökuborðið. Konan spurði: "Eruð þið skyldmenni?" Bæði sögðust ekki vera það. "Takið ykkur sæti, vinsamlegast," sagði hún.

"Sjáðu til," hvíslaði Lia. "Hún virtist vera á varðbergi. Eins og hún væri að fela eitthvað."

"Já, ég tók eftir því líka. En kannski erum við að ímynda okkur þetta af því að okkur er annt um Rosalie. Það eina sem við getum gert er að bíða og reyna að halda okkur uppteknum. Við erum hér og förum ekki héðan fyrr en við sjáum að henni líður vel."

Þrjátíu mínútum síðar voru þær enn að bíða og urðu sífellt órólegri eftir því sem tíminn leið.

Lia stóð upp. "Ég get ekki beðið lengur."

E-Z sagði: "Vá! Bíddu nú hægt." Hún settist aftur niður. "Skulum gefa þessu tuttugu og fimm mínútur í viðbót áður en við förum að skjóta úr öllum byssum á þau."

"Hvað þýðir að 'go all postal'?" spurði Lia.

"Ó, ég man alltaf ekki að þú sért ekki af héruðinu. Það þýðir að ráðast á eitthvað af fullum krafti. Sem síðasta úrræði. Það er auðvitað myndlíking. Þó hafa sumir póststarfsmenn tekið það bókstaflega."

"Ég veðja að ef við værum fullorðnar, þá hefðu þær talað við okkur nú þegar. Stundum hata ég að vera barn."

"Það hefur sínar góðu hliðar," sagði E-Z. "Reyndu að spila leik á símanum þínum eða lesa bók. Það dreifir tímanum og þeir munu vera hjálpsamari við okkur ef við erum þolinmóð."

"Ég vildi að ég hefði tekið heyrnartólin með mér. Ég hefði getað hlustað á nýju lögin hennar Taylor Swift."

"Hér," sagði hann. "Þú mátt lána þér mín."Enn þrjátíu mínútur liðu og E-Z sneri rólega aftur að afgreiðsluborðinu. Lia sat eftir og hlustaði á tónlist. Hann kastaði fljótlegu auga til baka. Hún hafði augun lokuð. Hún hafði ekki einu sinni tekið eftir því að hann var farinn.

"Jæja, einhverjar fréttir um hvenær við getum séð Rosalie?" spurði hann.

"Fyrirgefðu, einhver er að koma til að hitta ykkur. Hún veit að þið eruð hér að bíða." Konan smellti á lyklaborðið sitt. Þegar E-Z fór ekki, reyndi hún aftur að hvetja hann til þess. "Ég talaði persónulega við yfirmann minn. Hún mun koma til að tala við ykkur um leið og hún getur. Vinsamlegast setjist hjá vini þínum."

Hún veifði hendinni í áttina að Lia sem var upptekin við símann sinn.

E-Z sneri aftur til hliðar Liju, treglega. Hann horfði á fólk ganga um. Sumir voru íbúar sem ýttu undir göngugrindur. Nokkrir sátu í hjólastólum, ýtt af umönnunaraðilum, á meðan aðrir snúðu hjólunum sjálfir. Flestir íbúarnir brostu til hans, og nokkrir veifuðu. Hann velti fyrir sér hve margir þeirra fengju reglulega gesti. Hann vonaðist til að flestir gerðu það.

Þegar dyrnar opnuðust og lokuðust barst lykt af hádegismat til nefs hans og maginn knirkti. Hann velti fyrir sér hvaða kræsingar íbúarnir væru að fá í dag. Kannski fiskur og franskar. Eða kannski smá köku með ís. Hann óskaði þess að hann hefði borðað meira í morgunmat þegar Lia rétti honum heyrnartólin aftur.

"Tókst þér að flýta fyrir hlutunum? Ég er að deyja úr hungri!"

"Ég líka, og ekki mikið. Hún sagði að yfirmaðurinn myndi koma til okkar fljótlega, en ég skil ekki af hverju Rosalie kemur ekki bara út og skoðar þetta sjálf. Hvað er eiginlega málið?"

"Ég finn ekki fyrir nærveru hennar hér," sagði Lia. "Það er eins og tengslin hafi rofnað. Tónlistin hjálpaði mér að gleyma mér í smástund en nú er ég farin að hugsa um þetta aftur og er svöng. Ekki góð blanda."

"Ég heyri ykkur," sagði E-Z þegar hávaxin kona í auðkenningarskjali framkvæmdastjóra gekk að þeim og kynnti sig.

"Ég heiti Eleanor Wilkinson og ég er framkvæmdastjóri hér."
Hún rétti þeim höndina. "Ég skil að þið tvær eruð vinkonur
Rosalie. Hafa þið heimsótt hana hingað áður?"

"Nei, við höfum ekki komið hingað," sagði Lia. "En við erum
vinkonur hennar, nánar vinkonur. Og við erum áhyggjufullar
um hana. Hún svaraði ekki skilaboðum mínum né tók svari í
símanum."

Frú Wilkinson sagði: "Mér þykir leitt að segja ykkur þetta, en
Rosalie lést einhvern tíma í nótt. Við erum að bíða eftir nánustu
aðstandendum hennar. Þeir búa ekki í nágrenninu.

"Fyrirgefðu að hafa látið þig bíða svona lengi. En ég þurfti að tala
við þau áður en ég talaði við ykkur. Þú skilur. Við verðum að fylgja
reglum."

Lia sökk aftur niður í stólnum og brast í grátur á meðan E-Z tók
hönd hennar í sína og þau sátu þögul í nokkrar sekúndur áður en
hann spurði: "Hvað varð um hana?"

"Málið er til rannsóknar," sagði Wilkinson. "Fyrirgefðu, ég get
ekki sagt þér neitt meira. Nema þú sért fjölskylda. Mér þykir leitt
að heyra um missinn."

"Hún var allt fyrir mér," sagði Lia.

"Hvernig kynntust þið?" spurði Wilkinson. "Hún var frábær
kona. Ástkær af öllum."

"Við kynntumst í gegnum vin," logaði Lia.

"Áhugavert," sagði Wilkinson, "miðað við aldursmuninn ykkar."

"Áttu við vegna þess að ég er krakki en hún er það ekki? Ég meina, var það ekki," spurði Lia reið. Hún stóð upp.

"Fyrirgefðu, ég ætlaði ekki að koma þér í uppnám. Auðvitað langar marga íbúa hérna að eiga vini til að spjalla við. Sérstaklega krakka með áhugamál eins og ykkur, sem þeir gætu sagt lifandi sögur sínar við. Svo að þeir verði ekki gleymdir eftir að þeir eru farnir."

"Við munum alltaf muna Rosalie," sagði E-Z.

"Máum við sjá hana til að kveðja hana?" spurði Lia.

"Ég óttast að það komi ekki til greina. Við höfum reglur. En ef þið skiljið eftir ykkar upplýsingar, símanúmer við móttökuborðið, getum við hringt í ykkur til að láta ykkur vita hvenær heimvisita og jarðarför verða."

E-Z skildi eftir símanúmer sitt við móttökuborðið. Þau voru að fara að stíga inn í leigubíl þegar hann mundi eftir bókinni.

"Bíddu hér," sagði hann. "Ég verð strax til baka."

Hann gekk að móttökuborðinu.

"Mér þykir það leitt, en við getum ekki samþykkt andlát vinkonu okkar, Rosalie. Ekki nema að minnst einn af okkur sjái hana. Frú Wilkinson sagði að við mættum ekki fara inn, en hvort ég mætti bara stinga höfðinu inn í herbergið? Ég myndi ekki dvelja þar lengi. Svo ég geti sagt vinkonu minni að ég hafi séð Rosalie og staðfest að hún sé ekki lengur hjá okkur? Hún hefur gengið í gegnum svo margt, eftir að hafa misst sjónina og allt. Það myndi róa hug hennar að vita af vissu frá einhverjum sem hún þekkir og treystir."

"Æ, vesalings krílið. Ég skil. Komdu með mér," sagði konan. Þegar hún var komin fyrir aftan borðið bað hún samstarfsmann sinn um að sjá um fyrir sig. "Ég verð strax til baka," sagði hún.

E-Z fylgdi henni dýpra inn í hjarta hjúkrunarheimilisins. Það var bjart, ekki drungalegt eins og hann hafði heyrt að slík heimili gætu verið, en mjög kyrrt. Líklega vegna þess að allir voru að njóta hádegismats í matsalnum. Maginn hans knúsaði aftur.

"Allir eru í matsalnum," sagði konan eins og hún vissi hvað hann var að hugsa. "Það er fisk- og franskar-dagur með rauðu gelé og þeyttum rjóma að ofan í eftirrétt. Ótrúlega vinsæll réttur sem allir vilja fá sér. Á öðrum dögum væri ómögulegt að láta þig inn því þá væri of mikið af fólki að flakka um."

"Það lyktar vel," sagði E-Z. "Og takk fyrir hjálpina, ég, við, kunnum virkilega vel að meta hana."

Hún stöðvaðist og opnaði hurðina.

"Þetta er herbergi Rosalie. Ég bíð hér. Þú hefur tvær mínútur eða skemur ef einhver sér mig."

"Takk aftur," sagði E-Z, þegar hurðin skellti sér aftur fyrir aftan hann. Það lyktuðu undarlega, eins og þar hefði verið bál. Hann leit um herbergið eftir myndavélum. Svo langt sem hann vissi voru engar myndavélar.

Undir hvítu laginu var vinur þeirra hulinn frá höfði til ilja. Hann gekk nær, barðist við löngun til að flýja, en þurfti að vita það með vissu, að sjá það með eigin augum. Hann dregði laginu til hliðar og horfði á það falla til jarðar eins og draugur.

Strax gerði lykt árás á nefið. Eins og frá grillveislu. Brunnið hold. Og hann sá handlegg Rosalie hanga niður, þakinn bruna- og blöðrum. Hvað hafði gerst? Hver hafði gert henni þetta hræðilega, og af hverju?

Hann ýtti stólnum frá sér og leit um herbergið sem var spikhreint og engin merki um eld. Þetta gat ekki hafa gerst hér. Ef ekki hér, þá hvar? Var henni flutt inn í þetta herbergi eftir á? Konan bankaði. "Vinsamlegast flýtið ykkur!" sagði hún.

Hann opnaði skúffuna í náttborðinu hennar. Þar var hún. Bókin sem Rosalie hafði sagt þeim frá. Sú sem hún hafði skráð upplýsingar um hin börnin í.

"Tíminn er úti," sagði konan.

E-Z stappaði bókinni aftan í bakið á sér. Hann ýtti á hnappinn til að opna dyrnar, og þau sneru aftur að móttökunni.

"Takk fyrir," sagði hann. "Frá mér og vinkonu minni. Þú hefur gefið okkur frið. Láttu okkur vita hvenær útförin og kveðjustundin verða. Ó, eitt enn, ég tók eftir að hún, eh, var með brunasár á líkamanum. Slösuðust einhverjir aðrir íbúar í eldsvoðanum?"

"Guð minn góður," sagði konan. "Ég veit það ekki. Ég hef ekki heyrt neitt um eldsvoða. Ég hef ekki séð líkama hennar; ég meina

Rosalie sjálfa. Mér var bara sagt að hún hefði látist. Ég veit ekkert um smáatrikin."

"Það er í lagi," sagði E-Z til hughreystingar. "Ég mun ekki segja neitt. Ég þakka þér fyrir allt sem þú hefur gert. Takk."

"Enginn eldur kom hér upp," sagði hún. "Enginn viðvörunarkall fór af stað, svo langt sem ég best veit. Engar slökkvibílar voru kallaðir út. Ég. Ó, guð minn."

E-Z kinkaði kolli og fjarlægðist af afgreiðsluborðinu. Konan var enn að tala við sjálfa sig. Hann taldi best að hverfa burtan frá.

Bílstjórinn hjálpaði E-Z að komast aftur í aftursætið hjá biðandi Líu, og setti síðan hjólastólinn hans í farangursrýmið.

"Þú tókst þér eilífð," kvartaði Lia. "Hvað er þetta?"

Hún reyndi að grípa bókina, en E-Z hélt henni. Hann tók eftir að gjaldið á mælinum var þegar orðið hærra en hann hafði af peningum.

"Það var ekki annað í boði. Ég stalst til að kíkja á Rosalie. Og ég gripti þetta. Þetta er bókin sem hún sagði okkur frá. Við skoðum hana þegar við komum heim." Hann hvíslaði, "Áttu peninga?"

Þau höfðu ekki nægilega peninga til að borga leiguna.

"Þú verður að biðja mömmu þína eða frænda Sam um aðstoð," sagði hann þegar ökumaðurinn stoppaði við húsið.

Ökumaðurinn hjálpaði E-Z aftur í stólinn sinn, á meðan Lia hljóp inn. Hún kom út með nægilega peninga til að borga leiguna og ökumaðurinn ók burt.

"Sam gaf mér peningana."

"Spurði hann hvað það væri fyrir?"

"Nei, en ég geri ráð fyrir að hann geri það."

Inni voru Sam og Samantha að flýta sér við að undirbúa morgunmat í eldhúsinu á meðan tvíburarnir söngluðu fyrir þeim af hungri.

"Af hverju eruð þið ekki í skólanum?" spurði Sam.

"Ég útskýri það seinna. Æh, getum við hjálpað?"

"Nei, en takk," sagði Samantha. Hún byrjaði að gefa Jack að borða.

Sam kinkaði kolli og hóf að gefa Jill að borða.

E-Z og Lia gengu inn í herbergi hans og lokuðu hurðinni. Alfred var að lesa dagblaðið.

"Rosalie er dáin," blasti Lia upp, féll síðan á hnéin og hulkaði, á meðan E-Z lagði handlegginn utan um hana og Alfred flýtti sér að henni. Þau þrjú faðmast saman og grétu þar til engar tár voru eftir.

"Hvað ertu með þarna?" spurði Alfred.

"Ég gripiði bókina."

Lia tók hana upp, stóð upp og hélt henni að brjósti sér eins og hún væri að faðma vin sinn, en í staðinn sá hún allt. Rosalie í Hvíta herberginu. Fúrin í Hvíta herberginu með henni. Bækur brenna. Bókahillur hrynja. Eldur alls staðar.

Lia féll á hnéin.

"Hún var svo hugrökk. Svo ótrúlega hugrökk."

"Sástu eldinn?" spurði E-Z. "Hvað gerðist?"

"Vissir þú af eldinum?"

Hann kinkaði kolli.

"Af hverju sagðirðu mér það ekki?" Hún vissi svarið við spurningunni fyrirfram. Hann var að vernda hana fyrir sannleikanum. "Þegar ég snerti bókina, sá ég allt. Rosalie var í Hvíta herberginu. Og Fúryrnar voru þar með henni. Þær vildu fá hana til að segja þeim frá okkur og hinum börnunum. Þær pyntuðu hana, en hún gafst ekki."

"Af hverju kallaði hún ekki á okkur?"

"Hún reyndi. Ég vissi ekki að þetta væri líf eða dauði. Það hvarf, svo ég hélt að allt væri í lagi."

"Þetta er ekki þín sök," sagði E-Z.

"Hún dó ein, undir bókaskápunum, með bækur brennandi umhverfis sig. Hún átti ekki skilið að deyja svona. Enginn á skilið að deyja svona." Hún grét harkalega í hendurnar.

"Varla Rosalie," sagði hann. "Hún hefði getað kallað á mig. Hún gerði það áður. Af hverju kallaði hún ekki á mig?"

"Vegna þess að hún hefði sett þig í hættu. Hún dó til að vernda okkur."

"Svo, Furíurnar reyndu að fá nöfn okkar og hinna barnanna út úr henni, og hún fórnaði sér til að bjarga okkur? Til að varðveita leyndarmálið okkar. Hversu ótrúleg kona Rosalie var. Við munum aldrei gleyma henni – aldrei," sagði Alfred og barðist við tárin. "Hún á skilið að fá heiðursmerki."

"Bíddu nú við, kannski hindruðu þeir hana í að kalla á okkur?" sagði E-Z.

"Hún sendi mér neyðarkall, en hún hefur gert það áður. Einu sinni gerði hún það þegar teið kláraðist á heimilið og hún vildi bara kvarta yfir því. Ég vissi ekki að þetta neyðarkall þýddi að líf hennar væri í hættu."

"Þú gætir ekki vitað það. Enginn okkar gat það. Við getum ekki kennt okkur sjálfum um." Öll þrjú þögðu. "Bíddu smá, við skulum skoða bókina."

"Þetta er allt sem hún sagði okkur að þetta myndi vera. Fullkominn listi, með upplýsingum um öll börnin sem eru eins og við. Guð sé þakkað að Fúriurnar fengu ekki hendur á þessu!"

"Hæ, bíddu nú!" sagði E-Z. "Einungis sú hugmynd að þau hafi pyntað hana til að komast að upplýsingum um okkur og hina – þýðir að Furíurnar vita að við erum öll til. Það þýðir að þessi börn eru þarna úti, alveg ein og þau vita ekki einu sinni hvað er í vændum!

"Við verðum að komast til þeirra fyrst. Því það er aðeins tímaspursmál þangað til – hvernig sem þeir komust að okkur, þeim – komast að því hvar þau eru."

"En hvað ef þetta er gildra, til þess að leiða Fúrinna beint til þeirra?" spurði Alfred.

"Ég held ekki að þeir viti hvar á að finna okkur, annars væru þeir hér, ekki satt?" spurði E-Z. "Ég meina, þau notuðu óvænta árás. Með því að drepa Rosalie hafa þau sýnt spilin. Látið okkur vita að þau viti eitthvað... líklega til að komast inn í hausinn á okkur því við erum í forystu."

"Hvað með hin börnin?" spurði Lia. "Hvernig ætlum við að komast til þeirra án þess að afhjúpa okkar eigin kort?"

"Hadz? Reiki?" kallaði E-Z. "Ef þið heyrið mig, þá þurfum við ykkar innslátt og hjálp."

POP.

POP.

"Vitið þið af Rosalie?" spurði hann.

"Já, það gerum við, og það er sárt, sárt sögubrot að segja," sagði Hadz og þurrkaði burt tár með vængjunum. "Þau pyntuðu hér í Hvíta herberginu. Og ef það var ekki nóg vont – þá eyðilögðu þau það algjörlega og allt sem í því var. Allar þessar fallegu, vængjuðu bækur – horfnar. Rosalie, horfin. Horfin." Hún gat ekki talað meira af gráti.

"Þetta, þetta," sagði Reiki. "Og það er ekki allt. Við vitum ekki hvað varð um sál Rosalie."

"Bíddu, líkami hennar er í rúminu í herberginu hennar hinum megin í bænum á hjúkrunarheimilinu. Kannski er sálin hennar þar með henni?" spurði E-Z.

Reiki sagði: "Áttu eitthvað loftþétt, lokað fyrir lofti og öllu? Ef svo er, farðu þá og sæktu það strax – svo förum við og skoðum hvort sál Rosalie sé hjá henni. Við munum sannfæra hana um að fara í ílátið – tímabundið – þar til við komumst að því hvar Soul Catcher-inn hennar er. Ég vona innilega að þessar Fúríur hafi ekki tekið hann."

E-Z hljóp út í eldhúsið, þar sem Sam og Samantha voru uppteknir við að gefa tvíburunum að borða. "Áum við ennþá þessa stóru kaffiflösku?"

"Já, hún er í skápnum fyrir ofan ísskápinn," sagði Sam, og hvíslaði svo milt til sonar síns.

"Takk," sagði E-Z og hélt aftur til herbergis síns. "Dugar þetta?" Það tók báða tvo að bera ílátið.

"Bíddu!" hrópaði Alfred, rétt í tæka tíð til að ná þeim áður en Hadz og Reiki hurfu út. "Kannski get ég hjálpað? Ég hef læknandi kraft. Takið mig með ykkur. Leyfið mér að reyna. Vinsamlegast."

POP.

POP.

BUBBL.

Og þau þrjú hurfu, og lentu í herbergi Rosalie.

"Þarna er hún," sagði Alfred og stökk upp á rúmið, varfærinn um að stíga ekki á hana með vætluðu fótunum. Hann lyfti sænginni með gogginum, á meðan Hadz og Reiki svifu í nágrenninu.

"Hvað ætlar hann að gera?" spurði Reiki.

"Ssss," sagði Hadz. Alfred setti gogginn á ennið á Rosalie og snerti hjarta hennar með einu vængi sínum. Ekkert gerðist.

"Láttu mig prófa eitthvað annað," sagði svaniinn. Aftur svifaði hann yfir líkama Rosalie, með ennið þrýst að enni hennar. Aftur ekkert.

"Þú hefur reynt þitt besta," sagði Hadz, "nú verðum við að tryggja sál hennar. Komdu út, komdu út, hvar sem þú ert."

Og rétt eins og svo flótti sál Rosalie að þeim.

"Þú munt vera örugg hér inni," sagði Reiki, á meðan sálin var leidd inn í ílátið, og lokið var síðan fast lokað.

POP.

POP.

SÍS.

"Gátir þú hjálpað henni?" spurði Lia, en hún vissi svarið fyrir fram af svipnum á Alfred. Hún faðmaði hann. "Ég er viss um að þú gerðir allt sem þú gætir."

"Það gerði hann," sagði Hadz.

"Sál hennar er þó örugg hér... enginn ætti að opna hana. Hún þarf að vera geymd örugg þar til Sálaveiðimaðurinn er tilbúinn að taka við henni."

"Kannski ættirðu að hafa hana hjá þér?" sagði Alfred. "Og takk fyrir að láta mig reyna."

Í herbergi E-Z gerðu Þrír áætlun um að koma hinni börnunum saman. Ákveðið var að E-Z myndi ferðast til Ástralíu, til að sækja

Lachie – einnig þekktur sem Drengurinn í kassanum. Alfred myndi fljúga til Japans, þar sem hann myndi sækja Haruto, drenginn sem hafði verið yfirgefinn í skóginum. Að lokum, en ekki síðst, myndi Lia ferðast þvert yfir Bandaríkin til að sækja Brandy, stelpuna sem gæti lifnað við aftur.

Verkefnin þeirra voru skýr – en hvað þau myndu gera þegar þau kæmu á áfangastaðinn var óljóst. Hinir voru af mismunandi aldri, úr ólíkum menningarheimum og töluðu mismunandi tungumál. Sumir myndu þurfa leyfi foreldra sinna, en aðrir ekki.

"Ég velti því fyrir mér hvað Rosalie sagði þeim um okkur?" spurði Lia.

"Við getum spurt þá þegar við hittum þá," benti Alfred á.

"Í millitíðinni eigum við að pakka töskum og skipuleggja. Ég fer þangað í hjólastólnum mínum, en þið hafið aðrar möguleika. Ákveðið hvað hentar ykkur best og setjið áætlun ykkar í framkvæmd. Ég treysti því að þið takið rétta ákvörðun, tíminn er að renna út."

"Ég er fegin að þú sagðir það," sagði Lia, "því ég er ekki viss um hvort ég vilji fljúga þangað með flugvél. Ég er að hugsa að Little Dorrit gæti verið besta kosturinn, en ég er ekki viss um hvort henni lítist vel á það. Hún mun fljúga út með einn farþega og koma til baka með tvo."

"Ég er heldur ekki viss," sagði Alfred. "Ég gæti flogið þangað af fúsum og frjálsum vilja – en þar sem Haruto er frekar ungur –

þyrfti ég að fylgja honum í flugvélinni – nema foreldrar hans kæmu líka. Að auki þarf ég að hafa áhyggjur af slæmu veðri – og það er langt."

"Eins og ég sagði, þá ákveðið þið tvö hvað hentar ykkur best. Alfred, ef þú ákveður að fljúga með flugvél – biððu frænda Sam um að sjá um smáatrikin fyrir þig."

Þrír undirbjuggu sig til að safna öllum börnunum saman. Síðan myndu þau skipuleggja – til að sigra þær illu Fúrieur. Jafnvel þótt þetta væri síðasta áætlun sem þau gerðu nokkurn tíma.

KAFLI 1
Ástralía

E-Z var fyrstur liðsins til að yfirgefa Norður-Ameríku. Fljúgandi um himininn í hjólastólnum sínum naut hann frelsisins sem opna loftið veitti.

Hugmyndin ein og sér um að geyma hjólastólinn sinn í flugvél veitti honum óþægindi. Hvað ef hann týndist? Eða eyðilagðist? Það var ekki áhætta sem borguð var. Myndi Batman yfirgefa Batmobile-inn sinn? Aldrei.

Þó var hann nokkuð viss um að hann myndi þurfa að fljúga til baka með Lachie. Það væri ekki rétt að láta drenginn fljúga einan. Kannski myndu þeir gera undantekningu fyrir hann og leyfa honum að fljúga í hjólastólnum sínum? Það væri þess virði að kanna það. Hann myndi hugsa um það þegar hann kæmi að því. Að auki vildi hann ekki einu sinni hugsa um flugvélamat. Guð sé þakkaði hafði hann nesti með sér núna.

Hann keyrði á skýin – og fór einu sinni eða tvisvar beint í gegnum þau. En hann þurfti að einbeita sér. Ástralía var jú hinum megin á hnöttinum.

Athugasemdir Rosalie um drenginn í kassanum voru ekki eins hjálplegar og hann hafði vonast til. Hann hafði lesið um sögu hans á netinu. Það sem stóð upp úr hjá honum var að drengurinn kaus nú dýr fram yfir fólk. Það var skiljanlegt, eftir allt sem hann hafði gengið í gegnum.

Fátæka krakkinn var svo upp úr skónum þegar þeir fundu hann að hann hafði gleymt að tala. E-Z vissi að grimmd fannst í heiminum, en þetta var óhugsandi.

E-Z hafði margar spurningar sem hann vonaðist til að fá svör við, eins og hvar foreldrar Lachie væru? Hver gaf honum að borða og þrifði búr hans? Hver setti hann þangað inn? Af hverju?

Í greininni stóð að þeir hefðu sent blaðamenn út til að taka myndir af drengnum, til að sjá hvernig hann hefði það, en dýrin létu þá ekki nálgast hann. Jafnvel þegar þeir reyndu að nota síumyndavél. Magpíurnar réðust á þá og kastaðu á þá. Hann horfði á nokkur myndskeið af árásum magpía – það var eins og eitthvað úr mynd Hitchcocks, The Birds. Að lokum flaug ein magpía burt með linsu blaðamanns. Eftir það létu þau drenginn í friði.

E-Z vonaðist til að hann gæti öðlast traust drengsins. Og að dýravinir hans myndu líka treysta honum. Ef ekki, yrði ferðalag hans tilgangslaust. Jæja, ekki alveg tilgangslaust ef hann hitti drenginn og talaði við hann. Myndir hann vilja hjálpa öðrum, eftir þá meðferð sem hann hafði fengið? Aðeins tíminn myndi leiða í ljós.

Hann flaug yfir Atlantshafið. Hann hafði flogið þessa leið áður, og það var þar sem hann hafði hitt Alfred í fyrsta sinn. Síminn í vasanum hans titraði – hann kíkti á hann og þar var skilaboð frá Líu.

"Vildi bara láta þig vita að ég sé á leið með Little Dorrit."

"Ákvaðstu þá að fljúga ekki – í flugvél – að lokum?"

"Little Dorrit mætti, og hún er á dagskránni minni."

"Hljómar eins og áætlun." Hann sendi upplyftan þumalfingur-emoji.

"Hvar ertu?" spurði hún.

"Rétt yfir Atlantshafi. Vatn, vatn og meira vatn."

Þau slitu sambandinu og hann hraðaði för sinni, flaug yfir Afríku þar sem hann tók eftir Robben-eyju – fangelsinu þar sem Nelson Mandela hafði verið haldinn í nær þrjátíu ár.

Magi hans knirkti; hann hafði engan áhuga á samlokunni í bakpokanum sínum.

Svo lenti hann í Cape Town og vonaðist til að geta notað bankkortið sitt til að fá sér að borða. Hann tók eftir skilti fyrir stað sem seldi – "hefðbundna fisk- og franskar" með breska fánanum og þeir tóku við bankkortum. Hann sótti fyrirfram undirbúna máltíð sína og flaug upp á topp Lion's Head. Eftir að hann hafði lokið máltíðinni, sem var ljúffeng, tók hann sjálsmynd og hélt síðan áfram ferð sinni.

"Vaknaðu mig eftir tvær klukkustundir," sagði hann við hjólastólinn sinn sem titraði og eykur hraðann. Þegar hann vaknaði aftur var hann að fljúga yfir Indlandshafið. Ótal stjörnur um allan himininn létu hann einhvern veginn líða minna einmana. Hann hélt áfram ferð sinni, fullur sigurgleði yfir því að vera næstum kominn á áfangastaðinn, þegar hann sá sólina á sjóndeildarhringnum ýta sér upp himininn til að boða nýjan dag.

Þá var það þarna beint fyrir framan hann – hann tók eftir strönd Ástralíu. Spenntur að sjá hana með eigin augum jók hann hraðann og stefndi þangað. Þegar hann áttaði sig á að hann var mjög þyrstur rétti hann höndina í bakpokann sinn og tók fram flösku af vatni sem hann drakk upp. Hann setti tómu flöskuna aftur í pokann til að henda henni síðar, þrátt fyrir að maginn væri enn ansi fullur af fiskibollum og frönskum sem hann hafði borðað fyrr.

Hann ákvað að borða skinku- og ostasamlokuna sem frændi Sam hafði pakkað.

Hann flaug yfir Vestur-Ástralíu, fann nú fyrir hitanum, tók svetterskirtilinn af sér og setti hann í bakpokann sinn. Hann hélt áfram inn í Outback-svæðið í Norðurhéraðinu og velti fyrir sér hvar hann ætti nákvæmlega að lenda þegar lítil fugl með bláum fjöðrum og svörtum hring um hálsinn flaug að honum.

"Fylgdu mér, E-Z," sagði hún. "Ég hef verið að bíða eftir þér."

"Uhm, hvað ertu?" spurði hann.

"Ég er álftarspói," sagði hún. "Komdu, hann er að bíða."

Hópur af hrafnum fylgdi þeim.

"Ekki hafa áhyggjur," sagði álftarspóinn. "Þeir eru fylgdarmenn okkar."

Hann fylgdist með hinni einstöku hreyfingu sem hvítu rendur svartbrjóstsglæringjanna mynduðu. Hann hafði heyrt um ljóðlist í hreyfingum, en nú vissi hann nákvæmlega hvað það merkir.

Þá tók hann eftir drengnum. Hann var fyrir neðan þá og veifði. E-Z veifði til baka. Fyrir utan það að hann sat á baki einstaklega stórs fugls leit hann út eins og hvaða annað barn sem var.

"Velkominn til Ástralíu," sagði hann. "Það verður fljótlega myrkur, svo fylgdu mér. Ó, og að auki geturðu kallað mig Lachie."

"Gaman að kynnast þér, Lachie! Ég hlakka til að sjá meira af þessu stórkostlega landi þínu. Ég vildi bara að ég gæti dvalið lengur."

"Þetta eru Savanna-skógarbelti," sagði drengurinn. "Andaðu djúpt að þér og þú munt finna ilminn af eukalyptusnum."

"Já, það lyktar dásamlega," sagði E-Z.

Þau héldu áfram ferð sinni, um steinaland, yfir flóðauðnir og billabongs. Að lokum komu þau að áfangastað sínum í The Outliers.

"Hér bý ég," sagði drengurinn. "Kakadu þjóðgarðurinn er stærsti þurrlendiþjóðgarður Ástralíu, með yfir 20.000 ferkílómetra landsvæði. Ég bý hér með plöntum og dýrum." Álftarspói lenti á höfði hans. "Ó, þú ert orðinn þreyttur aftur," sagði drengurinn með brosi. Síðan við E-Z: "Hún þarf oft að fá far."

Þegar þau komu á svæði sem minnti á tjaldstæði, sagði drengurinn: "Velkomin heim."

"Takk," sagði E-Z. "Ég gæti vel notað sturtu eða bað og ég þarf að pissa."

"Ég grafa út klósett, þarna handan við tréð. Þú verður örugg þar. Síðan skal ég sýna þér hvar fossinn er, svo þú getir hreinsað þig."

"Foss, ha? Eru nokkrir krókódílar þar niðri?"

"Það eru krókódílar á svæðinu... en þeir eru vanir því að ég noti fossinn. Viltu að ég fari með þér í fyrsta sinn?"

"Nei, ég er með vængi og stóllinn minn líka. Við munum fljúga burt ef við heyrum einhverjar miklar skvettur!"

"Gott," sagði yngsti. "Flýgðu bara í fallvatninu – lentu ekki – og þér ætti ekki að vera neitt að. Á meðan mun ég safna mat fyrir kvöldmatinn. Ef þú þarft hjálp, hrópaðu bara og ég mun koma hlaupandi."

Þegar hann nálgaðist fossinn tók hann eftir skilti – og mörgum skilti með áletrunum HÆTTULEGT og VIÐVÖRUN. Á einu stóð að þar væru bæði sjó- og ferskvatnskrokódílar. Hrollur gekk um hann.

"Upp, á toppinn!" beindi hann stólnum. Hann fór beint út í vatnið, andliti fyrst, og sat þar og naut þess á meðan vatnið féll yfir hann og um kringum hann. Það var kalt í fyrstu, en þegar hann hafði vanist því fannst honum það fínt.

Þegar hann leit um sig hugsaði hann um emúfuglinn sem drengurinn hafði hitt hann á. Það þótti honum undarlegt að fugl af þeirri stærð – með svo gífurlegar vængi – gæti ekki flogið. Hann las um fugla sem gátu ekki flogið á netinu. Hann varð hissa þegar hann sá kiwífugla, emúfugla, strútar, páfugla, kasóvaríur og rhea á listanum. Hann las á netinu að DNA ratítfuglanna hefði breyst svo þeir gætu ekki flogið núna.

Hann fannst hann dálítið sekaður yfir því að hann, strákur, gæti flogið en þessar fallegu fuglar gætu það ekki.

Þegar hann var orðinn hreinn og í nýjum fötum hélt hann aftur til stráksins, sem var upptekinn við að undirbúa máltíð þeirra.

"Þetta er billygoat-plóma."

E-Z tók bita. Hún bragðaðist ótrúlega vel.

"Þetta er red bush-epli, og þetta eru svartar rósaber."

E-Z át allt og elskaði það.

"Þetta var eftirrétturinn okkar, ég þarf að undirbúa aðalréttinn." Strákurinn grafaði og grafaði, og kom þá upp með pott sem var of heitur til að hann gæti snert. Þegar hann tók lokið af með stöng, fylltist munnurinn á E-Z vatni við ilminn af því sem hann hafði eldað.

"Þetta eru skeljar," sagði strákurinn og setti nokkrar á blað.

"Þær eru virkilega góðar. Ég hef aldrei smakkað bláskeljar áður."

Sólin var að hverfa bak við sjóndeildarhringinn. "Tími til að sofa," sagði drengurinn.

"Takk aftur fyrir að gera mig svo velkominn." E-Z gapti. Þangað til þá hafði hann ekki áttað sig á hversu lengi hann hafði verið vakandi.

"Þú munt sofa þarna uppi," hann benti upp í tréð þar sem tréhýsi var og reipastigi sem leiddi niður. "Þú getur flogið upp, sett á þig bremsuna svo þú hreyfist ekki í svefni. Herbergið mitt er þarna," benti hann á annað tré með reipi sem lá niður og tréhús efst í því.

"Sofðu núna," sagði Lachie. "Við munum finna út allt á morgun.

KAFLI 2
Japanskt

Alfred hefði getað verið settur af E-Z á leið sinni til Ástralíu. Í staðinn ákvað hann að fljúga á hefðbundinn mannlegan hátt – í flugvél.

Það tók Sam nokkra samningagerð við flugfélögin til að sannfæra þau um að veita trompettrana sæti. En hvað þá sæti fremst í fyrsta flokki. Sam notaði tengsl sín á vinnustaðnum til að hjálpa Alfred að ferðast með stæl.

Í farþegarýminu, með heyrnartól og heppna slaufu sína, fann Alfred sig eins og heima. Hann var afslappaður og flugþjónninn tillitssamur. Hann gat þó varla beðið eftir að komast til Japans og hitta drenginn sem hét Haruto.

Töskuna sína hafði Alfred geymt í nágrenninu og í henni voru nokkrir snarl. Hann myndi bíða þangað til hann var orðinn mjög svangur áður en hann tæmdi pokana sína af villihveiti og villisellerí. Með matnum hafði hann vararafhlöðu fyrir símann sinn og kreditkort Sam með samþykkiseðli til að nota það.

Á meðan hann horfði út um gluggann og skýin flugu hjá hugsaði hann um Haruto. Samkvæmt athugasemdum Rosalie var hann mun yngri en hin börnin. Og hún hafði enga hugmynd um hvaða krafta hann hafði – að því gefnu að hann hefði nokkra krafta.

Áætlun Alfreds var að útskýra allt fyrst fyrir foreldrum Haruto og vonast til að fá þá með sér í lið. Síðan, til að komast rólega að nánari upplýsingum um hvernig Haruto gæti hjálpað, þegar hann hefði staðfest sérsvið sitt, þ.e. hvaða krafta hann hefði.

Erfiðasta verkefnið yrði að sannfæra þá um að láta unga son sinn ferðast til útlanda. Að borga væri ekki vandamál – Sam sagði að hann ætti að nota kreditkortið sitt í það. En að fá þá til að samþykkja að láta svana taka barn þeirra til Norður-Ameríku, það myndi krefjast sannfæringar. Hann hallaði sér aftur í sætinu og það hallaðist aftur.

"Viltu eitthvað?" spurði hin fallega þjónustustúlka.

Það var gott að menn gætu skilið hann núna. Það gerði líf hans mun auðveldara þar sem ekki þurfti túlk.

"Bolla af tei myndi smá," sagði Alfred. "Í skál," bætti hann við. "Það er erfitt að koma þessu nef í teskeifu."

Þjónustustúlkan brosti. Stuttu síðar kom hún aftur með skál, tesekki, sykur, mjólk og aðra skál með kaldara vatni. "Ef tésið verður of heitt," sagði hún.

"Mjög umhugsunarvert," sagði Alfred.

Hann lét tésið kólna og hélt áfram að horfa út um gluggann. Það var svo gott að geta setið aftur og notið útsýnisins. Án þess að þurfa að hafa áhyggjur af miklum vindi, snjó, rigningu eða rándýrum.

Að lokum drakk hann teið sitt með smá mjólk og sykri og sofnaði svo.

Hann vaknaði við tilkynningu um að þjónustufólkið væri að undirbúa farþega fyrir lendingu. Hann hafði sofið allan flugið!

Um gluggann hafði hann fullt útsýni yfir Haneda-flugvöllinn. Umhverfis hann sá hann mikið og mikið af fersku grasi sem hann gæti étið. Hann myndi smakka aðeins og geyma hrísgrjónin og selleríið til seinna.Fjær var útlínan af hæsta fjalli Japans – Fuji-fjalli. Sam hafði haft rétt fyrir sér, að sitja á vinstri hlið flugvélarinnar var besta staðurinn til að sjá það sem kallað er hjarta Japans.

"Vissirðu að það er útsýnispallur á fimmtu hæð? Þú gætir fengið betra útsýni yfir Fuji-fjall þaðan," sagði þjónustustúlkan við Alfred.

"Ég vildi að ég hefði meiri tíma, en takk fyrir. Kannski á heimleiðinni."

Þjónustufólkið leyfði honum að fara fyrstur út úr vélinni. Það raðaði sér upp til að kveðja hann, eins og hann væri rokkstjarna.

Þar sem Alfred hafði aðeins handfarangurs tösku sína og svanir uppfylla ekki skilyrði fyrir vegabréf, hélt hann út úr flugvellinum til að finna leigubíl.

Fyrir ferðina hafði hann leitað á netinu til að komast að því hvernig ætti að leigja leigubíl í Japan. Upplýsingarnar sögðu að hann ætti að leita að rauðum límmiða neðst til hægri á framrúðu leigubíla. Þessi rauði límmiði staðfesti að leigubíllinn væri laus til leigu.

Þegar hann fann einn með límmiðann var hann svo ánægður. Hann flaug að opnum glugga og rétti ökumanninum miða með gogg sínum. Á miðanum stóð hvert hann þurfti að fara. Ökumaðurinn var góður og honum var ekki illa við að flytja svanafarþega. Hann ýtti á hnapp á stýri sínu sem opnaði afturhurðina svo Alfred gæti komið inn. Ökumaðurinn lokaði hurðinni og svo lögðu þeir af stað.

Haruto og fjölskylda hans bjuggu í annarri stærstu borg Japans sem heitir Yokohama. Þó að hann reyndi að njóta útsýnisins, þar á meðal borgarlínunnar, gat hann ekki hugsað um annað en hvernig hann ætti að sannfæra Haruto og fjölskyldu hans um að taka þátt í baráttu þeirra gegn Fúriunum.

Síminn í bakpokanum hans titraði. Hann rétti fram höku; það var skilaboð frá E-Z.

"Er með Lachie núna. Hvernig hefurðu það í Japan?"

Hann sló inn á lyklaborðið með gogginn, hæfileika sem hann hafði kennt sér sjálfur á meðan hann hafði ferðast til Japans einn. Hann var líka fljótur og gerði fáar stafsetningarvillur.

"Næstum kominn til Yokohama núna í leigubíl. Vona að komast fljótlega til hússins hjá Haruto."

E-Z sendi honum upphækuðu þumalfar.

Sonur Alfreds hafði elskað að smíða Gundam-vélmenni. Í Yokohama var verið að smíða risavaxið vélmenni. Þegar því yrði lokið myndi það vera 59 fet á hæð, komst hann að þegar hann las um það á netinu. Sonur hans hefði elskað að koma til Japans til að sjá það. Síðan þeir dóu hafði Alfred reynt að hugsa ekki um þá því það gerði hann dapran. Í dag, hér í Japan, ákvað hann hins vegar að sjá allt sem hann gat, eins og fjölskylda hans væri þarna með honum. Lífið var of stutt til að vera alltaf dapur, jafnvel sem svanur.

Bílstjórinn stoppaði fyrir utan garðhús með tröppum sem voru með blómum beggja vegna handriðsins. Bílstjórinn opnaði hurðina og Alfred steig út. Hann gekk upp nokkrar tröppur, stoppaði og snæddi gras sem var gnægð á hvorri hlið stigagangsins.

Loftið var svalt og ilmandi og einkagarðurinn framan við húsið var fallegur. Næstum því efst tók hann eftir að framhliðin sem umlykti húsið var mjög aðlaðandi, með vatnsleik sem myndaði uglu á vinstri hönd inngangsins. Enn sem komið var voru öll gardínurnar dregnar niður í húsið sjálft, eins og enginn væri heima.

Hann vonaðist sannarlega til að einhver myndi taka á móti sér. Hann langaði í nesti og smá hvíld.

Hann bankaði upp á með goggnum sínum. Raddir heyrðust úr kassa nær miðju hurðarinnar sem hann náði ekki til án þess að fljúga – sem hann og gerði.

"Ég heiti Alfred," sagði hann.

Hurðin opnaðist og aldrað kona benti honum inn. Hann fylgdi henni inn og velti fyrir sér hvort einhver úr teyminu hefði haft samband við fjölskylduna til að kynna komu hans fyrirfram.

Hann hélt áfram að fylgja henni, enda var eina sem heyrðist hljóðin af vættufótum hans sem slógu á harðviðargólfið. Innra rými hússins var fullt af viði – og ilmandi órkídeur fylltu loftið. Gamla konan leiddi hann inn í stofu, sem var full af húsgögnum, aðallega úr leðri. Jalúsíurnar aftan í húsinu voru opnar – hann naut útsýnisins yfir glæsilega gróðursæld í bakgarðinum.

Hún benti á stól og hann færði sig að honum til að setjast.

Hann hafði varla sest þægilega þegar konan kom aftur inn í herbergið með bakka fulla af gufandi heitu tei og nokkrum kökum. Það var nánast eins og hún hefði beðið eftir honum – annaðhvort það eða ketlar tóku mun skemmri tíma að sjóða vatn í Japan.

Á eftir henni var lítill drengur sem hélt í fót hennar og faldi sig bak við hann. Strákurinn var á þeim aldri sem samræmdist því að hann væri Haruto, en hann hafði lesið að ekki ætti að kalla japanskan einstakling fyrir fornafni án leyfis. Af og til kastaði strákurinn auga til Alfreds og faldi sig aftur. Hann leit út fyrir að vera fjögurra eða fimm ára í mesta lagi og var í Optimus Prime-stuttermabol, stuttbuxum og sloppum.

"Þér líkar Optimus Prime?" spurði Alfred.

Drengurinn brosti, sneri sér síðan aftur að felustaðnum sínum.

Kona rak hann burt svo hún gæti borið fram teið.

Alfred hafði sett upp þýðanda í símanum sínum. Hann las orðið hello á skjánum og sagði: "Kon'nichiwa." Hann baðst afsökunar á lélegu framburði sínum.

"Hann er breskur," sagði drengurinn, og þegar hann sagði það hneigði hin eldri kona höfði.

Alfred varð hissa á því hversu vel þessi ungi drengur talaði ensku. "Ah, þú talar ensku. Og já, það geri ég. Þú ert snjall að hafa tekið eftir hreimnum mínum."

Drengurinn horfði á konuna áður en hann talaði að þessu sinni. Hún kinkaði kolli.

"Pabbi og mamma eru í vinnunni," sagði hann. "Þetta er Sobo mín" (sem þýðir amma) "og ég heiti Haruto."

"Halló," sagði konan, einnig á ensku. "Þú ættir að koma aftur seinna."

"Ég heiti Alfred. Má ég kalla þig Haruto?" Strákurinn kinkaði kolli, og svo við konuna: "Hvernig á ég að kalla þig?"

"Sobo," sagði hún, "allir kalla mig Sobo þar sem ég er amma Harutos, ég er amma allra. Hann er ánægður með að deila mér."Alfred kinkaði kolli. "Mér er mjög ánægjulegt að kynnast ykkur báðum."

"Sendi Rosalie þig?" spurði drengurinn.

"Manstu eftir Rosalie?" spurði Alfred. Hann var mjög ánægður með þennan tengil – þó að það hefði sparað honum dálítinn kvíða að vita fyrirfram að Haruto talaði ensku. Engu að síður ákvað hann að fylgja ráði konunnar og reis upp til að fara.

"Pabbi minn vinnur í nágrenninu," sagði Haruto.

"Ég þarf að finna mér gistingu. Geturðu mælt með stað í nágrenninu?"

Ammæ Haruto gaf Alfred heimilisfang með leiðbeiningum um hvernig best væri að komast þangað á fætur.

"Ég mun hringja í vin okkar sem rekur hótelið. Hann mun hjálpa þér að koma þér fyrir og þú getur svo hist son minn síðar á kaffihúsinu."

"Takk," sagði Alfred.

Gangan að hótelinu var stutt og hann naut ferska loftsins. Hann smakkaði jafnvel japanska gras sem bragðaðist nokkuð vel og tók nokkra sopa úr gosbrunnum líka.

Herbergið var lítið en hafði allt sem hann þurfti, og það var einstaklega hreint og vel útbúið. Á náttborðinu hans var lampa með fót í laginu ugla. Hann kveikti og slökkti á honum og tók eftir því hvernig augun lýstu upp. Hann sturtadi, skipti um slaufu og hélt síðan til kaffihússins þar sem hann átti að hitta föður Haruto.

Síminn hans titraði; það var skilaboð frá E-Z aftur.

"Hvernig er Japan?"

"Gott," svaraði hann með tísti og notaði gogginn til að slá inn. "Ég hitti Haruto og ömmu hans. Þau tala ensku. Hann er mjög feiminn, en hann þekkti Rosalie. Hann var greinilega ungur – kannski fjögurra eða fimm ára. Það gæti verið erfitt að sannfæra fjölskyldu hans um að leyfa honum að koma til Norður-Ameríku."

"Rosalie vissi að hann hafði krafta – en já, hann er yngri en ég hélt," sagði E-Z. "Gott að þeir tala ensku. Hvar ertu núna?"

"Ég er á leið í kaffihús til að hitta föður Harutos. Að auki held ég ekki að Rosalie hafi haft tíma til að uppfæra eða klára athugasemdir sínar um Haruto. Hún kallaði hann barn."

"Ég er ekki viss um hversu áhyggjufull við ættum að vera á þessu stigi, en ég var að lesa á netinu – þar stóð að Fúrin geti tekið á sig hvaða mynd sem er. Ég er bara að deila þessu. Þar sem við getum ekki þekkt þær, ef þær komast að okkur, verðum við að vera varkár."

Alfred sendi upplyfts-hendi-emoji.

"Ég verð að fara núna," sagði E-Z.

KAFLI 3
Vonda draumar

E-Z var bæði sofandi og vakandi. Þ.e.a.s. hann sá loftið fyrir ofan rúmið sitt og fann dýnuna styðja bak hans. En samt sem áður voru þrjár banshees að öskra í höfði hans:

"Segðu okkur hvar þú ert!"

"Segðu okkur!"

"Segðu okkur NÚNA!"

"Neiííí!" öskraði hann. Þá var spegill á loftinu fyrir ofan hann. En manneskjan sem endurspeglaðist til baka til hans var ekki hann sjálfur. Heldur var það frændi hans, Sam. Og í endurspeglingunni var frændi hans Sam að öskra og velta sér í sársauka.

"Frændi Sam er í helli okkar!" hrópaði fyrsta nornin.

"Og hann mun aldrei komast út aftur!" hvæskuðu hin tvær í kór. Þá brustu þær þrjár út í einhvers konar hlátur sem hann hafði aldrei heyrt áður. Hljóðin voru líkt og hjá híenum, hvelfandi og dýrsleg.

"Talaðu!" kröfðust hin illu nornirnar og þær stungnuðu og ýttu við frænda Sam eins og hann væri kjötsneið sem væri verið að undirbúa fyrir bakstur.

"E-Z," sagði frændi Sam, með rödd sem skjálfaði eins og líkami hans væri í spegilmyndinni. "Hvað sem þær vilja, máttu ekki gefa þeim það. Sama hvað þær gera við mig, máttu ekki gefast upp."

"Ef þú særir hann," sagði E-Z, "mun ég, mun ég..."

"Segðu okkur hvar þú ert, hvar þau eru öll, og við munum láta hann í friði," sungu þær saman í rödd sem hefði ekki hljómað óviðeigandi í Helvíti.

"Okkur vantar bara vísbendingu, eða tvær," sagði sá annar.

"Segðu okkur hver er hver," sagði sá fyrsti.

"Eða við munum losa okkur við þann sem þið þekkið," sagði sá þriðji.

Þá hlógu þeir. Röddir þeirra í höfði hans gerðu honum svo sárt. En hann var bara að dreyma. Hann þurfti að vekja sig – NÚNA.

"Áááá!" hrópaði frændi Sam.

Meira hlátrasköll.

E-Z vaknaði og áttaði sig fljótt á því að hann var í Ástralíu með Lachie, ekki heima í eigin rúmi. Hann kíkti á símann sinn, en hann sýndi aðeins eina símbylgju. Hann myndi halda áfram að kíkja á hann, þar til hann myndi fá nægar símbylgjur til að hringja í frænda Sam. Til að ganga úr skugga um að hann væri í lagi. Að þetta hefði bara verið martröð og ekkert annað.

Neðan við tréhúsið heyrði hann Lachie hreyfa sig um. Líklega að undirbúa morgunmat. Gott var að fylgjast með lífi unglingsins. Hvernig hann hafði safnað sér saman aftur eftir allt sem hann hafði gengið í gegnum. Menn voru ansi stórkostlegar verur.

Það sem Lachie var að elda ilmaði vel, og fyrsta hvatning hans var að fljúga beint niður og segja honum frá martröðinni sinni. En eitthvað djúpt inni í huga hans sagði honum að halda þessu fyrir sig – að svo stöddu. Eftir allt saman gátu Fúrinni ekki vitað hvar hann bjó. Hvar þeir bjuggu allir. Hann kíkti aftur á batterímerki símans – nú var ekki einu sinni ein stangur. Hann stútaði honum í vasann og flaug niður.

"Áttirðu góða blund?" spurði Lachie og skeiðaði vökva úr potti yfir báli í skál.E-Z tók við því. "Ég dreymdi skrítið draum, en annars já. Það er gott þarna uppi. Takk fyrir að vera svona tillitssamur."

"Engar áhyggjur. Það eru margir andar hér úti. Og ókunnir hljóð fyrir þig. Ef þú vilt tala um drauminn, endilega," sagði Lachie.

"Kannski seinna."

"Allt í lagi, farðu bara að borða. Ég vona að þú sért hrifinn af sveppum."

"Ég elska þær," sagði E-Z og skeiðaði miklu magni af heita, gufandi súpunni í munninn. "Þetta er mjög gott."

"Ó, bíddu smá, ég gleymdi damper-inu – það er brauð." Hann opnaði álpappír sem var í miðju bálkistans og rífði hann í fjóra hluta, gaf E-Z fyrsta hlutann.

"Þetta er besta brauð sem ég hef nokkurn tíma smakkað! Hvernig lærðirðu að elda svona?"

"Nokkrir heimamenn kenndu mér. Mér er létt yfir að þér líki það."

Þeir sátu þögulir á meðan sólin glotti niður til þeirra úr háshimni. E-Z reyndi að hugsa ekki um martröðina sína. Hann dró símann úr vasanum og kíkti aftur á símmerkið. Einu var naumlega náð. Hann elskaði tækni – þegar hún virkaði.

"Nú þegar maginn þinn er saddur, skulum við ræða hvers vegna þú ert hér," sagði Lachie. "Fyrst og fremst, hvernig ég get verið til aðstoðar."

E-Z þagði, en leit aftur á símann sinn með von í brjósti. Lachie virtist það ekki trufla, enda var hann að rífa af sér annan bita af damper-brauðinu. Að lokum tók hann sig saman og beindi athygli sinni að málinu sem var til umræðu.

"Fyrirgefðu, hugurinn var annars staðar."

"Það er ekkert mál. Viltu meira brauð?"

"Nei, ég er saddur. Svo, ég vil fyrst og fremst vita hvað Rosalie sagði þér um okkur þrjú. Ég meina, Alfred, Lia og ég."

"Já, hún sagði mér allt um ykkur þrjú. Það var eins og hún væri hér með mér, að segja mér svefnsögu. Því meira sem hún talaði, því meira langaði mig til að hitta þig, til að hjálpa þér."

"Mér þykir gott að heyra að þú viljir hjálpa. Leyfðu mér þó fyrst að segja þér frá smáatriðunum áður en þú skuldbindur þig. Framundan er ekki auðveld leið fyrir neinn okkar."

"Ég hræðist ekki áskoranir," sagði Lachie. "Hvað sagði Rosalie þér um mig?"

"Til að vera hreinskilin sagði hún mér ekki mikið, en ég las um þig á netinu. Komst þú nokkurn tíma að því hvað varð um foreldra þína?"

"Nei, og ég vil það ekki. Ég er sátt við lífið hér, sjálfbjarga. Ég þarf engan."

"Allir þurfa vini," sagði E-Z.

"Kannski."

"Sagði Rosalie þér frá Fúriunum?"

"Nei, en hún sagði að þú myndir kalla á mig einn daginn, þegar þú þyrftir á hjálp minni að halda til að berjast gegn illu. Og hún nefndi Fúriurnar – sem ég hafði þegar heyrt um."

"Í alvöru? Hvað heyrðir þú?" spurði E-Z.

"Frumbyggjarnir, sem ég læri eitthvað nýtt af í hvert sinn sem ég er með þeim, vita allt um Fúriurnar. Þeir hafa beint sjónum sínum að frumbyggjunum, reyna að refsa þeim og ýta þeim af löndum sínum."

Lachie stóð upp, hellti vatni á eldinn og gáði til þess að hann slokknaði alveg.

"Ég held að illt verði að vera til svo gott geti lifað af – en það þarf einhvers konar siðareglur – og þeir fylgja engum slíkum. Allt sem þeir gera er til sjálfsvarna og það er ekki leið til að lifa."

"Þetta eru viturleg orð fyrir krakka á þínum aldri," sagði E-Z. Eftir að hann sagði það fannst honum dálítið vandræðalegt, eins og hann væri að reyna of mikið að virðast vitur sem eldri aðilinn. "Ég held að þú sért sennilega sjö eða átta ára, er það ekki rétt?"

"Ég held það, en hvað varðar raunverulegan aldur minn er ég ekki viss. Þegar þeir fundu mig fundu þeir engin skjöl sem gætu sannað það. Ég held að þegar röddin mín fer að breytast muni ég hafa betri hugmynd." Hann hló.

"Í millitíðinni geturðu valið þér aldur," benti E-Z á.

"Líkt og ég valdi mér nafnið mitt," sagði Lachie. "Allavega, hvað sem þú þarft að ég geri, þá er ég með."

"Það sem er að gerast með Fúrinum er að þær eru að nota internetið. Þú veist um internetið, ekki satt?"

"Já, það geri ég. Þær hafa Wi-Fi á bókasafninu. Ég elska að lesa. Goðafræði er ansi flott. Vísindaskáldskapur líka."

"Fúrurnar eru að nota fjölspilunarleiki á netinu til að gildra börnunum. Flest börn spila leiki, ég líka," sagði E-Z."Leikir eru tímaeyðsla," sagði Lachie. "Það er það sem frumbyggjakennararnir mínir kenndu mér. Lífið er of stutt til að sóa því á tilgangslausum afþreyingum."

"En allir elska leiki þó," sagði E-Z. "Ég gæti gefið þér tölur frá öllum heiminum, en aðalatriðið er að Fúryrnar eru að nýta sér þetta fyrirbæri. Það er eins og hvert barn sem spilar hafi gefið þeim aðgang að hjörtum sínum og huga."

"Hvernig það?"

"Til að komast á næsta stig í leiknum verður þú að ljúka lista af verkefnum. Það er eina leiðin til að komast áfram í leiknum. Ef þú gerðir ekki það sem þér var beðið um, væri enginn tilgangur með að spila leikinn. Og samt sem áður er það sem þér er beðið um að gera oft í andstöðu við lögin í raunveruleikanum."

"Í andstöðu við lögin! Eins og hvað?" spurði Lachie.

"Eins og að drepa."

Lachie hristði höfuðið.

"Þetta er leikur, svo þú gerir það sem þú þarft til að komast á næsta stig."

"Ok, ég held að ég skilji þetta. Umboð Furíanna var að refsa þeim sem frömdu glæpi og sluppu refsingu. Þær eru að beygja það umboð til þess að meiða börn sem eru að spila ímyndarleik."

"Það er rétt, Lachie. Akkurat. Og þegar börnin deyja, stela þau sálum þeirra."

"Hvað svo?"

"Hefurðu nokkurn tíma heyrt um Sálaveiðimenn?"

"Nei," sagði Lachie.

"Þegar þú deyrð, á sál þín stað til eilífs hvíldar. Hann kallast Sálaveiðimaður. En þessi börn eiga ekki að deyja þegar Fúrinir taka þau, svo enginn Sálaveiðimaður bíður þeirra."

"Hvernig veist þú allt þetta?" spurði Lachie.

"Æðstu englunum sagði mér þetta ekki aðeins, heldur sýndi mér líka. Ég hef verið í sálaveiðimanninum mínum nokkrum sinnum. Þeir kölluðu mig þangað. Ég vissi ekki einu sinni hvað hann hét þangað til allt þetta kom upp. Þetta er ekki eitthvað sem menn eiga að hafa áhyggjur af. Flestir halda að við förum til himnaríkis eða helvítis."

"Ef sálaveiðari þinn var tilbúinn, og þú ert bara krakki, af hverju eru þeirra ekki tilbúnir?"

"Góð spurning. Ein sem ég hafði ekki velt fyrir mér áður. Ég gerði ráð fyrir að ég væri sértilvik," sagði E-Z. "En ég veit hins vegar að æðstu englunum mistókst eitthvað. Eitthvað sem þeir vilja ekki tala um. Kannski þess vegna þurfa þeir hjálp okkar, til að laga þetta."

"Hvernig gera þeir það þó? Það er það sem ég skil ekki."

"Þeir hafa beyglað reglurnar, í þeirri von að ná stjórn á öllum sálaveiðimönnum. Þegar við deyjum eiga sálir okkar að fara í þá sem bíður okkar. Þær eiga ekki að vera flytjanlegar. Ef þeir ná stjórn á þeim öllum, mun engin sál eiga neitt annað val. Það mun ýta undir ringulreið í hinum himneska lífi. Svo, nú þegar þú hefur heyrt allt – ertu ennþá með?"

"Já, klárlega. Að auki er ekkert betra að gera hér úti. Þetta ætti að verða skemmtilegt ævintýri."

"Til að vera hundrað prósent hreinskilinn," sagði E-Z, "mun þetta ekki verða auðvelt. Og þú munt leggja líf þitt í hættu með okkur hinum. En við munum hafa bakhjarla hvers annars.

"Við munum sigra!"

"Ég vona það innilega, en fyrst verðum við að komast að því hvernig við eigum að komast þangað. Frændi Sam hefur bókað flugmiða fyrir okkur. Við þurfum bara að sækja þá á næsta alþjóðaflugvelli. Hann bókaði þá."

"Ekki þörf á því!" sagði Lachie. "Ég er með mitt eigið farartæki." Hann setti tvo fingur í munninn og flautaði.

Í nokkrar mínútur gerðist ekkert.

"R---R---R---RRRRR."

"Hva-hvað var það?" spurði E-Z.

Lachie stóð kyrr eins og steinn á meðan trén hvissuðu og hreyfðust.

Næst heyrði E-Z vængi slá. Af hljóðinu að dæma var það sem var að koma með risastóra vængi.Þá braust skepnan í gegnum laufskóginn. Hún hefði ekki verið úr stað í neinni af Harry Potter-myndunum.

"Er þetta drek?" spurði E-Z.

"Hann er Aussiedraco," sagði Lachie. "Einnig kallaður pterósaurus, svo hann er heimamaður." Við dreka sagði hann:

"G'day, félagi," og gekk til að heilsa honum. Risastóra skeljuveran lækkaði höfuðið. Lachie klappaði honum, stökk síðan upp á bakið hans.

"Jæja, E-Z, hvað ertu að bíða eftir?"

"Æh, ég á mitt eigið farartæki."

Lachie kastaði höfði aftur og hló.

"HAR-HAR-R-R-R-R!"

veran tók undir.

"Hann heitir Baby," sagði Lachie. "Hoppaðu á bak því Baby vill fara með þig í reiðtúr, og það sem Baby vill, fær Baby."

"En stóllinn minn!"

Baby rétti út langa hálsinn, tók E-Z upp og kastaði honum á bakið án stóls. E-Z gripti um Lachie þegar Baby stökk upp í loftið.

"Varastu tréin!" hrópaði E-Z.Lachie og Baby hlógu.

Þau flugu burt yfir mílur og mílur af rauðum sandi.

Fljótlega varð E-Z ekki lengur hræddur.

Þau flugu yfir nokkrar bergmyndanir, ein þeirra leit út eins og Homer Simpson liggjandi. Næst sáu þau Uluru, hina risastóru rauðu einstöku steinsúlu.

Þau eyddu deginum öllum í að fljúga um Ástralíu og njóta útsýnisins.

"Við ættum að snúa aftur," sagði Lachie. "Við þurfum góðan nætursvefn áður en við leggjum af stað til Norður-Ameríku og hittum restina af liðinu."

"Gott planað," sagði E-Z, sem naut ferðarinnar sífellt meira og óskaði þess að hún myndi aldrei enda. Hann myndi ekki detta, hann hafði vængi ef hann þurfti á þeim að halda – en hann vissi eitt með vissu, að fljúga með Baby var æðislegt líf.

Hann velti bara fyrir sér hvar hann ætti að geyma hana þegar þau kæmu aftur heim. Drekanum var of stórt til að komast fyrir í bílskúrnum. Hann myndi leysa þann vanda þegar hann kæmi að honum. Kannski gætu hann og Litla Dorrit sofið saman ef þeir yrðu vinir?

"Ekki hafa áhyggjur af mér," sagði Baby.

E-Z leit tvisvar til hans.

"Æ, já, ég get lesið hugsanir. Ekki allan tímann og ekki allra," sagði Baby. "Ég redda mér sjálfur svefnplássi. Og hvað varðar Litlu Dorrit, þá komast einhyrningar og drekkar yfirleitt ekki saman – en ég væri til í að reyna."

Baby setti þau af og flaug burt í myrkrinu.

E-Z mundi eftir frænda sínum Sam, en hann var of þreyttur til að gera neitt í því. Hann myndi hringja í hann á morgun. Auðvitað myndi allt verða í lagi.

KAFLI 4
Ástralskur brottför

Næsta morgun, á meðan E-Z og Lachie voru að undirbúa sig fyrir ferðalag sitt, spjölluðu þau og kynntust betur.

"Ég þarf að hlaða símann minn og hringja í frænda minn Sam. Mig langar að staldra við til að gera bæði áður en við förum frá Ástralíu."

"Engar áhyggjur, ég þarf líka að kaupa nokkra nauðsynjavöru. Við getum gert allt í einu. Ég skal versla, þú getur hlaðið símann þinn og hringt í frænda þinn. Er eitthvað sem ég ætti að vita um?"

"Bara skrítinn draum sem ég dreymdi. Gerir mig til að vilja kíkja á hann svo ég þurfi ekki að hafa áhyggjur án ástæðu."

"Sanngjarnt," sagði Lachie og pakkaði nokkrum eldhúsmunum niður svo þeir yrðu öruggir þangað til hann kæmi til baka. "Ég ætla vissulega að sakna þessa staðar."

"Ég veit það, og vinir þínir líka, en þú munt eignast nýja vini, og allir munu láta þig líða eins og heima hjá þér. Auk þess munt þú koma aftur áður en þú veist af."

"Það er einmitt það sem veldur mér áhyggjum. Hvað ef ég vil ekki koma aftur? Hvað ef ég venst því að hafa fólk í kringum mig? Að vera dekraður með þægindum?" Hann þagði, þegar tvær hrafnsfýlur lentu, önnur á hvoru öxli hans. Fuglarnir pikkaðu létt í eyrun á honum, eins og þeir væru að hvísla að honum. Lachie brosti og svo flugu þeir burt.

"Hvað sögðu þeir?" spurði E-Z.

"Jæja, ekkert spes. Þeir sögðu bara að þeir elski mig og myndu sakna mín." Úlfur flaug niður og settist á öxl hans. "Þetta er félagi minn, Erroll."

"Gaman að kynnast þér, Erroll," sagði E-Z. "Jæja, hvernig urðuð þið vinir?"

Lachie hló. "Fyndið að þú skulir spyrja það. Errollarnir hafa verið til í ótrúlega langan tíma. Reyndar var afi hans, margfalt í gegnum kynslóðir, gæludýr hjá einhverjum sem gæti verið fjarlægur ættingi þinn. Það er, ef þú ert skyldur Charles Dickens?"

E-Z hallaði sér að, kinkaði kolli. Lachie hafði hiklaust alla athygli hans núna.

"Charles Dickens átti heimiliskráka sem hét Grip. Samkvæmt sögnum sem hafa gengið milli kynslóða var það Grip sem veitti

Edgar Allan Poe innblástur til að skrifa frægustu ljóð sín, The Raven."

"Vá, þetta er svo æðislegt!" hvæskti E-Z.

"Fuglar eru ótrúlega greindir. Eins og frumbyggjaleiðtogarnir sem tóku mig undir sinn verndarvæng þegar ég kom fyrst til Outback-svæðisins. Þeir kenndu mér að lesa og skrifa og að undirbúa mat. Þeir kenndu mér líka að þekkja eitrað plöntulíf og dýralíf og forðast það.

"Ég læri eitthvað nýtt á hverjum degi af þeim verum sem ég hitti og tala við. Þeir segja að forðum gætu allir talað við dýr – ekki bara ég – en eitthvað breyttist. Þeir halda að þetta hafi gerst í heilanum á okkur, en hvað sem gerðist hjá öllum hinum gerðist ekki hjá mér."

"Hvernig vissu þeir að þú værir öðruvísi?"

"Þeir segja að þeir hafi heyrt um mig, þegar ég fæddist og þegar ég varð drengurinn í kassanum. Áður en ég var einu sinni fæddur flugu orðrómarnir um mig um allan heim í hvísli. Þeir höfðu beðið eftir mér, það er það sem þeir sögðu mér um hríð."

"Hversu lengi?" spurði E-Z.

"Ég vil ekki hljóma hrokafullur, en þeir segja að Mozart hafi vitað af mér – hann átti heimilisfugl sem hét Leonard, eða Leo stutt, og hann staðfesti allt." Lachie tók pott og faldi hann í runnunum, ásamt öðrum hlutum. "Hann átti heimilisfugl sem hét Leonard, eða Leo stutt, og hann staðfesti allt."

"Virkilega? Fluga – gæludýr?"

"Ég hef talað við buskfluguna sem var skyld Virgili – hann hét Leonard, eða Leo til styttri handa, og hann staðfesti allt." Lachie tók pott og faldi hann í runnunum með nokkrum öðrum hlutum. "Ég hef líka spjallað við ættingja páfugls Andrew Jackson.

Fuglinn hans Jackson hét Pol – hann var gjöf til konu hans – og var karlfugl, en ættingi hans var kvenfugl og hét Polly. Hún hafði skrítinn húmor!"

"Hljómar eins og. Úff, ég vona að við getum talað meira, en ég þarf að spyrja þig um sérstök völd þín – og við ættum að koma okkur af stað fljótlega, ef þú hefur allt geymt örugglega."

Lachie kinkaði kolli. "Auðvelt. Næstum tilbúinn. Þarf bara að festa nokkra hluti til. Á meðan, af hverju segirðu mér ekki fyrst frá þér?"

"Jæja, þú hefur nú þegar séð mig og stólinn minn í aðgerð – já, við getum flogið. Stóllinn minn hefur sérstaka krafta, auk þess að fljúga getur hann líka handtekið glæpamenn og hann hefur blóðgirni. Við erum óaðskiljanleg, stóllinn minn og ég, eins og Batman og Batmobile-ið hans. "

"Frábært!" sagði Lachie. "En það er dálítið skrítið með þetta blóðmál."

"Betra að nýta en að láta liggja, veit ekki hver sagði það en stóllinn minn virðist vera sammála. Í stað þess að láta það leka í jörðina, dregur hann það upp.

"Fyrsta björgunin okkar var lítil stelpa – við björguðum henni frá því að vera keyrð niður af bíl. Síðan björguðum við flugvél fullri af farþegum. Ég vil ekki montast og ég er viss um að þú skiljir meininguna. Með því að hjálpa öðrum uppgötvaði ég að ég er orðinn ofur sterkur núna, og stóllinn minn líka. Ó, og við erum skotþolin."

"Átt þú við að fólk hafi skotið á ykkur?"

"Já, við höfum lent í nokkrum aðstæðum með byssur. Nú er komið þitt skot."

Ótrúlegasta krafturinn minn er, eins og þú hefur þegar séð, sá að ég get talað við hvaða veru sem er, hvaða veru sem er. Reyndar, í gær þegar þú hélt að þú værir að tala við Baby, jæja, þú varst það svolítið, en ef ég væri ekki hér, væri hún að tala vitleysu. Hún á samskipti við þig í gegnum mig. Ég er eins og net, öryggisnet. Ég get lokað því eða opnað það eftir því hvað ég ákveð.

"Þegar ég var í þessu búri sátu dýrin utan á því og spjölluðu. Stundum hélt ég að þau væru að eiga samskipti við mig, en svo hélt ég að ég væri kannski að verða geðveik. Einu sinni flaug maur inn um grindur búrinu mínu og sagðist geta hjálpað mér að komast út, ef ég vildi.

"Æsj, ég hata maura. Hef þó aldrei heyrt um fljúgandi maura."

"Þau eru reyndar nokkuð snjöll og hafa gífurlega björgunarhvöt – ég meina, þau éta hvað sem er."

"Það hefði verið gott ef þau hefðu étið þá sem settu þig í kassann." E-Z hugsaði um stund. "Af hverju létstu hann ekki reyna að bjarga þér? Ég meina, þú hafðir ekkert að tapa."

"Hvað er það sem sagt er, betra er að vita óvininn?"

"Ég skil það, svo þú varst ekki hrædd við fólkið sem hélt þér?"

"Þetta var ekki alveg kassi – þetta var búr. En það hljómar betur ef þeir kalla það kassa. Að auki meiddu þeir mig aldrei. Þeir gátu mig saddan og þurran. Skiptu um dagblöðin. Og ég sá aldrei hverjir þeir voru þar sem þeir voru með grímur." Ég skil það ekki, af hverju þeir héldu þér þar í fyrsta lagi."

"Það held ég að ég muni aldrei komast að. Og ég beið ekki eftir svörum þegar þeir slepptu mér út."

"Hvernig gekk það fyrir sig?"

"Þeir útbjuggu herbergi fyrir mig í sama húsinu. Sendu með mér góða konu til að hugsa um mig. Ég fór aldrei út úr húsinu. Það var of ógnvekjandi fyrir mig."

"Gátir þú talað? Ég meina, ef þú varst í búri að eilífu, átt þú þá minningar frá því áður? Um foreldra þína?"

"Mér líkar ekki að tala um það. Fortíð er fortíð. Ég get ekki breytt henni. Ég horfi alltaf til framtíðar. En ég var ekki fæddur í búri. Stundum held ég að ég man eftir að hafa farið í skólann. En það gæti hafa verið draumur. Sum daga er erfitt að greina muninn á þeim tveimur."

E-Z minnti sig á að hringja í frænda sinn Sam.

"Svo, hvernig endaðir þú hér, búsettur með dýrum og hundrað prósent sjálfbær? Ég giska á að þú saknir ekki fólks?"

"Þú getur ekki saknað þess sem þú manst ekki eftir.

Varðandi dýrin, þá valdi ég þau ekki, þau völdu mig. Þau komu að húsinu, eins og þau vissu að ég væri ekki lengur í búri, og biðu eftir að ég kæmi út. Þau vissu það fyrirfram að ég gæti talað við þau, skilið þau – en ég vissi ekki að ég gæti það, fyrr en ég reyndi. Þá opnaðist heill nýr heimur fyrir mér og ég varð að verða hluti af honum.

Ég var ekki lengur einn. Það var þá sem þau buðu mér að taka mig með sér og halda mér öruggri. Nú ertu upplýstur um sögu Lachie."

"Þetta er ótrúleg saga. Svo, að tala við dýr. Eitthvað annað sem þú hefur uppgötvað?"

"Jæja, já. En þetta er nokkuð nýtt."

"Segðu mér frá því."

"Það er betra að ég sýni þér."

"Allt í lagi," sagði E-Z.

Hann horfði á Lachie standa upp og ganga að nálægu eukalyptustré. Hann beið við tréð í augnablik, stígði svo fram að þykku, veðruðu bolnum. Svo hvarf hann.

"Hvað í ósköpunum?"

Lachie hreyfði sig yfir á hinn enda trésins, og aftur aftur að bolnum.

"Ó, svo þú ert ósýnilegur?"

"Nei, skoðaðu nánar." Hann skellti sér frá trénu. "Haltu áfram að horfa í augun á mér."

E-Z gerði það, og hann sá augu Lachie í bolnum á trénu, en hann sá ekki Lachie. "Bíddu nú við," sagði E-Z. "Ég skil. Þetta er dulargervi – þú ert kameldýr. Vá!"

Lachie hló og sneri svo aftur á sinn sess.

"Hvernig uppgötvaðirðu þetta? Þetta er virkilega flottur kraftur. Þú getur blandast inn nánast hvar sem er og enginn myndi nokkurn tíma vita af því!"

"Eftir að hafa búið hjá skepnum um tíma – án þess að sjá neina menn – kom hópur af göngufólki hingað einn daginn. Ég hljóp til að klifra upp í tré og fela mig en hafði ekki nægan tíma – svo ég bara stoppaði við trjábolinn og hélt kyrru." Þau gengu beint framhjá mér, eins og ég væri ekki til. Ég gat ekki skilið það. Fugl settist á öxlina á mér og ormur skríði upp legginn á mér. Fuglarnir sáu mig, en menn sáu mig ekki. Þá vissi ég að ég væri kameldýr."

"Hvernig er það? Þegar þú ferð í dulargervi?"

"Ég finn ekkert fyrir neinu öðruvísi. Það gerist bara."

"Frábært. Viltu þá vita um restina af liðinu og hvaða hæfileika þau búa yfir?"

Lachie kinkaði kolli.

"Þér mun líka við Liju. Hún sér. Augun hennar eru í höndunum og hún getur séð núið, inn í hugi sumra, og hún getur fengið glitta í framtíðina, í það sem stundum mun gerast. Sá hluti af krafti hennar virðist vera að aukast. Auðvitað er líka málið með aldurinn. Þegar við hittumst fyrst var hún sjö ára og hún er tólf ára núna."

"Það er ótrúlega flott," sagði Lachie. "Og ég heyri að móðir hennar og frændi þinn, Sam, eru..."

"Má ég fara? Aðeins það að heyra nafnið Sam fær kvíðann til að magnast aftur."

"Engar áhyggjur," sagði Lachie. Hann flautaði og Baby kom og þau flugu til næsta bæjar, þar sem Lachie keypti nokkra hluti, E-Z tengdi símann sinn í hleðslutækið og þegar hann var orðinn nóg hlaðinn hringdi hann strax í símanúmer Sam.

Enginn svaraði, heldur fór símtalið beint á talhólf Sam. Hann reyndi síma Samantha og hún svaraði strax. "Hæ, þetta er E-Z, er frændi Sam laus?"

"Jú, E-Z, bara augnablik." Hlustaðist til á hvísli. "Hæ, krakki," sagði Sam. "Hvar ertu núna, ertu að fljúga yfir hafið?"

"Ég var bara að athuga hvort allt væri í lagi með þig," sagði E-Z. "Ef svo er, segðu vinsamlegast kóðorðið."

"SpongeBob SquarePants," sagði frændi Sam."Ó, guð sé lof," sagði E-Z. "Ég dreymdi skrítinn draum um að Furíurnar hefðu gripið þig."

"Ah, við erum með nokkra vini í heimsókn og erum rétt að setjast að borði og dýfa einhverju í fondúið. Við erum með súkkulaði með ávöxtum, ost og grænmeti, og ost með brauði og kjöti. Það er ansi úrval og við erum með nokkrar tegundir af víni. Tvíburarnir eru þegar búnir að fara að sofa."

"Æh, það hljómar..."

"Ég verð að fara, E-Z, sjáumst fljótlega. Vertu varfærin."

"Frændi minn er í lagi, og þau eru með fondú – það hljómar eins og smá partý."

"Hvað er fondú?" spurði Lachie.

"Það er potti þar sem þú bræðir eitthvað og dýfir svo öðru einhverju í það. Eins og að dýfa jarðarberjum í súkkulaði og brauðbitum í ost. Og þú hefur rétt fyrir þér, þau eru gift núna og eignuðust tvíbura nýlega, svo húsið er ansi fullt og hávært."

"Ó, þetta hljómar dásamlega," sagði Lachie.

Með fullhlaðna síma E-Z og birgðir Lachie örugglega komnar fyrir á baki Baby flugu þau tvö út úr Ástralíu. Þau spjölluðu á meðan á fluginu stóð. Eftir margar klukkustundir þar sem ekkert áhugavert sást, og með magann að knýja á um mat, undirbjuggu þau sig fyrir lendingu til að fá sér að borða og fara á salerni.

"Við verðum að lenda fljótlega til að fá okkur hádegismat hvort sem er – auk þess er ég þegar farin að deyja úr hungri! Og til hamingju með leiðina, að auki!"

"Takk! Við getum stoppað á Hawaii í ostaborgara og franskar," lagði E-Z til.

"Ég vissi ekki að Hawaii-búar væru sérfræðingar í borgurum og frönskum."

"Þau eru hluti af Bandaríkjunum, svo ostaborgarar og franskar – hvað þá þykkar milkshakes, eru frábærir hefðbundnir matvæli sem þið ættuð að prófa og ég tryggja ykkur að þið munið elska þau."

"Ég borða ekki kjöt. Kýr eru líka fólk."

"Þau bjóða upp á grænmetisvalkost, það er samt ostaborgari og þið munið elska hann. Ó, þú ert ekki á móti því að drekka kúamjólk, er það ekki?"

"Nei, það er ég ekki."

"Allt í lagi, Stóll og Baby – skulum fara á næstu veitingastað sem selur ostaborgara en býður líka upp á grænmetisborgara," lagði E-Z til, á meðan maginn hans knúraði.

"Áfram!" hrópaði Lachlan, á meðan Baby leitaði að hentugum stað til að lenda.

KAFLI 5
BRANDY

Lia og ferðafélagi hennar, litla Dorrit, sem var einhyrningur, flugu um skýin.

Lia kunni að meta hreyfingar flugfélaga síns, sem voru bæði gracíasar og snöggar. Saman fundu þær upp leik sem þær kölluðu Hoppa yfir skýin. Fer eftir því hvaða tegund skýs var um að ræða, hoppuðu þær annaðhvort yfir það, undir því eða í gegnum það. Það var mest gaman að fara í gegnum það.

"Mér finnst æðislegt þegar við erum inni í skýinu," sagði Lia. "Ég rétti út höndina til að snerta það, en það er ekkert þar."

"Það lítur út fyrir að verslunarmiðstöðin niðri sé á leiðinni okkar," sagði Little Dorrit áður en hún framkvæmdi þrefaldan stökk, fór yfir, undir og í gegnum sama skýið.

"Vííí!" hrópaði Lia.

"Takk, takk," sagði einhyrningurinn og benti niður á við.

"Verslun, eh?" sagði Lia og skoðaði staðinn. Þetta var stórt verslunarmiðstöð, næstum því eina blokk á lengd. "Ég vona að ég þurfi ekki mikið af peningum, en mamma gaf mér kreditkortið sitt ef ég þyrfti á því að halda."

"Brandy stendur í gangi matvöruverslunarinnar og fyllir innkaupakerru til að dreifa sér. Við verðum að flýta okkur, annars mun móðir hennar byrja að leita að henni fljótlega," sagði einhyrningurinn.

"Það er ótrúlega flott, að þú getir einbeitt þér svona að staðsetningu hennar. Ég get varla beðið eftir að kynnast henni og fræðast meira um kraftana hennar," sagði Lia og vafði örmum sínum utan um háls Little Dorrit til að undirbúa sig fyrir lendinguna. "Ég hef alltaf viljað eiga stóra systur, svo þetta gæti verið eina tækifærið mitt."

"Hvíltaðu þegar þú þarft á mér að halda," sagði Little Dorrit þegar Lia steig af baki, "og ég mæti þér hér."

Lia gekk inn í verslunarmiðstöðina um sveifluhurðirnar. Strax sá hún stúlku sem hún vonaðist til að væri Brandy, ýta innkaupavagni í matvöruversluninni. Miðað við lýsingu Rosalie varð það að vera hún.

Stúlkan var í hversdagslegum fötum, gráum hettupeysu. Hún var hálfopin, en nægilega opin til að sýna rauða "I Love Music"-t-skyrtu undir henni. Svörtu gallabuxurnar hennar voru með límmiða með tónum á vösunum. Strigaskórnir hennar voru rauðir til að passa við t-skyrtuna.

Lia fylgdist með stelpunni í nokkrar stundir áður en hún gekk að henni. Hún fann sig dálítið yfirbuguða. Eins og hún væri að hitta fræga manneskju. Í huga hennar geislaði Brandy af stíl og kúl.

Þegar Lia kom nær hugsaði hún sér að þær yrðu vinkonur fyrir líf og sál áður en langt um liði. Þær myndu fara í verslunarmiðstöðina saman. Versla föt saman. Kannski myndi Brandy jafnvel hjálpa henni að velja sér ný al-amerísk föt.

"Hvað ertu að stara á, krakki?" spurði Brandy á tóni sem var hvorki vingjarnlegur né systkinalegur. Svo, með einu höggi, sló hún höndum Línu burt.

"Það er mjög dónalegt," sagði Lia. "Hefur enginn kennt þér kurteisi?" Hún sneri baki við hinni kúl stelpunni. Hún hélt andanum, taldi til tíu, og sneri sér svo aftur að henni. "Rosalie myndi skammast þín."

"Þú þekkir Rosalie?"

"Já, ég er Lia, og ég get ekki séð þig án augnanna minna, sem eru í höndunum á mér." Lia lyfti aftur örmum sínum.

"Vá!" hrópaði Brandy. "Ég hélt að ég væri skrýtið, en krakki, ég meina, æh, Lia, þú slærð í gegn." Hún stakk höndunum í vasana. "En vinur Rosalie er vinur minn."

"Æh, takk," sagði Lia. "Getum við farið einhvers staðar að tala?"

"Ég get ekki séð hvað við hefðum sameiginlegt – fyrir utan Rosalie," sagði unglingurinn og ýtti vagninum áfram, og skildi Liju eftir.

Lia bældi niður gráti, en náði að koma orðunum út: "Við þurfum hjálp þína því Rosalie er dáin."

Brandy stöðvaðist og tók djúpt andann á meðan tár rann niður kinn hennar, sem hún sneri sér við og þurrkaði burt. "Fylgdu mér, kríli." Hún yfirgaf innkaupakerruna með öllum vörunum í henni og þær gengu að borðkrók rétt inni í verslunarmiðstöðinni og settust niður.

"Ég vil hafa glas af vatni," sagði Lia. "Án íss, vinsamlegast."

"Komdu nú, lifðu hættulega. Hún fær sér Root Beer Float – og gerðu tvo." Eftir að þjónustustúlkan fór, "Þér mun líka vel við þetta, ekki hafa áhyggjur. Nú, segðu mér meira um hvers vegna þú ert hér og segðu mér hvað gerðist með þá yndislegu konu Rosalie."

"Fyrst, hvað sagði Rosalie þér um mig, um okkur?"

"Ekkert. Ég vissi hver hún var og ég vissi að hún var að gæta mín. Í fyrstu hélt ég að hún væri engill því hún gat talað við mig inni í hausnum á mér, eins og þegar ég bað sem barn. Svo áttaði ég mig á því að hún var alvöru manneskja, eins og ég, og núna er hún dáin. Mig langar að hjálpa til við að finna þá sem drápu hana – ef það er ástæðan fyrir því að þú ert hér, þá er ég með.

Fyndið, ég held að hún sé engill núna, ennþá að passa upp á mig."

"Ég líka," sagði Lia. "Nákvæmlega."

"Svo, hvernig varð þetta?" spurði Brandy. "Ef það er ekki óviðeigandi umræðuefni til að spyrja um. Ég hef alltaf fundið að það sé best að tala um undarlega hlutina sem gera okkur að því sem við erum. Ég á mína eigin undarlegu hluti, trúðu mér. Allir gera það."

Mamma mín myndi rífast við mig fyrir að spyrja þig svona persónulegrar spurningar. En mér finnst best að koma beint að málinu. Hefurðu alltaf haft augu á höndunum? Ég myndi halda að blaðamenn og ljósmyndarar eltu þig, fólk vill tala við þig, heyra söguna þína og segja hana til að selja tímarit og dagblöð."

"Ó," sagði Lia, "flestum finnst miklu meira spennandi að tala um skáldaða fræga persónur, eins og Harry Potter, en um raunverulegt fólk. Ef Harry Potter væri raunverulegur, myndu menn forðast hann eða stríða honum. En í hans heimi var hann hetjan, svo ör hans varð hluti af sögunni hans. Það gerði hann mannlegri fyrir okkur, svo við gætum tengt við hann. En ekkert barn vill standa upp úr því í þessum heimi eru mismunir ekki alltaf metnir að verðleikum.

"Það er fyndið hvernig við getum tengt við og haft samkennd með skáldpersónum en ekki þekkt raunverulegu hetjurnar í daglegu lífi okkar."

"Ó bróðir," sagði Brandy, 'þú ert dálítið leiðinlegur, ert það ekki? Þetta er eins og að tala við tuttugu ára krakka."

"Fyrirgefðu," sagði Lia. "Ég fór úr sjö ára í tíu og svo tólf á skömmum tíma. Ég fékk ekki tíma til að venjast því."

"Það er í lagi," sagði Brandy. "Og ég væri sammála þér í meginatriðum, krakki, en síðan raunveruleikaþættirnir komu á skjáinn höfum við áhuga á lífi venjulegs fólks. Þ.e. venjulegs en ríks fólks eins og Kardashíananna. Ég horfi ekki á það, en milljónir gera það."

Drykki þeirra komu. Brandy borðaði fyrst kirsuberjið sem var ofan á drykknum sínum, og spurði svo Líu hvort hún vildi sitt. Þegar Lia sagði nei, tók Brandy kirsuberjið af og stútaði því beint. "Taktu sopa. Ef þú reynir það, mun þér örugglega líka."

Lia tók stóran sopa í gegnum súluna og andlitið lýsti upp. "Þetta er virkilega gott!" Síðan hrærði hún í ísnum með súlunni á meðan hún hugsaði um hvað hún ætti að segja næst.

"Ég var fædd með augu sem virkuðu fínt. En í slysi missti ég sjónina, og þegar ég vaknaði, hafði ég þessi augu og ég hafði líka það sem þeir kalla sjón. Ég get séð hvað fólk er að hugsa, þannig byrjuðum við Rosalie að tala fyrst. Tíminn er ekki eins fyrir mig og hann er fyrir alla aðra, en ég hef ekki sleppt neinum árum í smá tíma núna. Einnig, þegar tíminn líður, get ég stundum séð hvað mun gerast hjá mér og öðrum, veistu, í framtíðinni."

"Vissirðu að Rosalie myndi deyja áður en það gerðist?"

"Nei, það vissi ég ekki. Það kemur og fer. Stundum virkar það alls ekki. Það er ekki hundrað prósent áreiðanlegt. Að vísu get ég ekki lesið hugsanir þínar; ef þú ert að velta því fyrir þér."

"Gott. Að vita að þú gætir lesið hugsanir mínar væri mjög óhugnanlegt," sagði Brandy og tók risastóran sopa sem skall í botn ílátsins og gaf frá sér "þetta var það" hljóð. "Ég myndi elska að fá mér annan, en það geri ég ekki," sagði hún. "Það er best að hafa hófstjórn, því ef við dekum okkur með hlutum – hlutum sem við hugsum að við viljum alltaf – þá munum við ekki meta þá jafn mikið."

"Mjög viturt," sagði Lia. "Þú mátt fá afganginn af mínu ef þú vilt."

"Það væri synd að láta það fara til spillis."

Stelpurnar tvær sátu þöglar um stund þar til síminn hjá Brandy byrjaði að titra. "Mamma mín verður hér fljótlega til að hitta okkur."

"Hvernig vissi hún hvar við erum?"

"Jæja, hún hefur sínar leiðir, þ.e.a.s. rakningartæki í símanum mínum."

"Og þér er ekki illa við það?"

"Nei. Ég hef horfið nokkrum sinnum, en komið mér alltaf aftur í verslunarmiðstöðina. Flestum sinnum þegar ég fer, hefur hún enga hugmynd. Þangað til ég hringi og bið hana að sækja mig hingað." Það er yfirleitt fyrsta vísbendingin hennar, textinn eða símtalið mitt. Forritið kemur henni þó til hjálpar svo hún þurfi ekki að hafa áhyggjur af mér. Ég held að það sé ekki auðvelt að eiga dóttur sem getur dáið og lifnað við aftur."

Móðir Brandy kom og þær kynntust. Þær sögðu henni frá sögum Rosalie og Lia og fóru yfir það sem þær höfðu rætt hingað til.

"Hvað voru þið tvær að plana?" spurði hún. "Þið litið út fyrir að vera að something illu."

"Bara allur þessi sykur," sagði Brandy og brosti breitt. "Lia var einmitt að fara að segja mér hvað þær þurfa mig fyrir."

"Svo þú útskýrðir þessa endurteknu stöðu þína?"

"Stuttlega. Ég hafði ekki komið að því enn, mamma, hún sagði mér rétt í þessu frá slysinu og hvers vegna hún sér fyrir höndum."

Þjónustustúlkan kom og mamma Brandy pantaði kaffi. Hún kom strax aftur með bolla sem hún fyllti. "Áfyllingar eru ókeypis," sagði þjónustustúlkan. "Bara haltu bollanum uppi þegar hann er tómur, og ég kem strax aftur til að fylla hann aftur."

"Takk," sagði mamma Brandy.

"Mig langar endilega að heyra um það," sagði Lia og strauk hári sínu bak við eyrað. Henni fannst yndislegt að sjá hvernig Brandy og mamma hennar tengdust. Þær voru ótrúlega náin; það sást á því hvernig þær snertu hvor aðra stöðugt. Náin tengsl þeirra minntu hana á alla þá daga þegar mamma hennar vann nætur og helgar og hún þurfti að treysta á Hannah, barnfóstru sína, í öllu. Það var öðruvísi núna þegar þær voru hér og mamma hennar gift Sam, en nýju ungbörnin virtust vissulega taka mikinn tíma mömmu hennar.

Brandy hleypti út úr sér: "Í fyrsta sinn sem ég dó var ég lítil. Það var hér í þessari verslunarmiðstöð. Annað augnablik var ég dáin, næsta augnablik lifandi aftur. Eins og ég sagði þér áður, endi ég alltaf hér. Svo mikið er mig langar í þessa verslunarmiðstöð."

"Það er fyndið," sagði Lia.

"Ég elska verslunarferðir!"

"Það gerirðu!" sagði móðir Brandy, á meðan dóttir hennar kallaði þjónustustelpuna aftur til sín og bað um glas af ísköldu vatni.

"Gerðu það að tveimur glösum af vatni," sagði Lia.

Þar sem hún var nú þegar þarna fyllti þjónustustelpan aftur kaffibolla móður Brandy.

Lia fann að nú var eða aldrei – hún ætti að koma beint að máli. Það var farið að verða seint og Little Dorrit beið.

"E-Z, sem er leiðtogi okkar, er í hjólastól og hann getur bjargað fólki, jafnvel flugvélum fullum af farþegum. Hann hefur ofurstyrk og ofursnerpu, og bæði hann og hjólastóllinn hans hafa vængi.

"Alfred er trompettrana og hann hefur skynsemi (ESP), auk þess getur hann endurlífgað fólk og skepnur. Auk þín bætum við tveimur öðrum börnum í hópinn, auk frænda E-Z, Charles – þannig að við verðum sjö alls."

"Ah, heppna sjöin," sagði móðir Brandy.

Lia hélt áfram: "Eftir að þú hefur heyrt allt, ef þú samþykkir að hjálpa okkur að berjast gegn Fúrinum, mun líf þitt vera í hættu. Þær eru þrjár illar systur – guðdómur – sem drápu Rosalie."

"Illskeytt, er það ekki? Að drepa Rosalie var feigurlega gjörð! Hún myndi aldrei særa músu!" sagði Brandy.

"Er þessi upplýsingar opinber?" spurði móðir Brandy. "Þetta hljómar allt svo, skáldsagt."

"Af hverju gerðu þau þetta?" spurði Brandy. "Hvað fá þau fyrir að drepa yndislega gamla konu eins og Rosalie?"

"Þær eru að nota börn. Drepa börn," sagði Lia.

Bæði Brandy og móðir hennar hættu að drekka.

"Það er erfitt að útskýra en ég mun reyna mitt besta. Þegar við deyjum eiga sálir okkar að fara til sálaveiðimanna okkar sem bíða – eilíft hvílustaður okkar. Hver og einn okkar á sinn einstaka sálaveiðimann – svo við getum aldrei dáið. Sálir okkar lifa áfram. Það er ekki himnaríkið sem við ímynduðum okkur, en það er raunverulegt, og Fúrin eru að drepa saklaus börn – og setja þau í sálaveiðara sem tilheyra öðrum.

"Reyndar, þegar Rosalie dó, hafði sál hennar engan stað til að fara. Sem betur fer gátu vinir okkar Hadz og Reiki – sem vilja verða englar – gripið sál Rosalie. Þau eru að geyma það öruggt þar til við höfum losað okkur við Fúrin og komið öllu aftur í gott horf með alla Sálaveiðimennina. Þegar við höfum losað okkur við þau munu erkienglarnir taka við og laga ringulreiðina sem þau hafa valdið. Allt verður aftur eðlilegt."

"Ég hélt að erkienglar væru illmenni," sagði Brandy. "Hvernig vitum við að við getum treyst þeim? Og af hverju viljum við hjálpa þeim?"

"Þetta er mjög stórt verkefni fyrir ykkur börnin," sagði móðir Brandy.

"Þetta er mjög löng saga. Sögu sem við getum sagt ykkur, með tímanum. En núna þurfum við að komast aftur í höfuðstöðvarnar. Það er húsið okkar. Um leið og við erum öll undir sama þaki getum við útskýrt allt og gert áætlun."

"Ég er með," sagði Brandy. "Þið höfðuð mig þegar þið sögðuð að þau hefðu drepið Rosalie, en nú þegar ég veit að þau hafa líka verið að drepa saklaus börn, þá ætla ég að ráðast á þau." Hún lyfti vatnsglasi sínu og skálaði með Lia.

"Bíddu," sagði móðir Brandy, "ef æðstu englunum tekst ekki að sigra þetta, hvernig geta þau þá búist við því að þið börnin..."

"Mamma," sagði Brandy og klappaði á hönd hennar. "Ég er ekki eins og önnur börn. Það hljómar eins og við séum hópur af misheppnuðum einstaklingum með sérstaka hæfileika og ég mun passa fullkomlega inn. Það er ekki skrítið að erkienglarnir hafi beðið okkur um að hjálpa þeim.

Rosalie sameinaði okkur öll, svo við getum myndað lið. Ef hún væri hér, væri hún með okkur í liðinu. Nú er hún með okkur í anda. Saman munum við vera öflugt afl sem þarf að taka tillit til.

"Auk þess verðum við að tryggja að Rosalie fái sína eilífa hvíldarstað aftur. Allt gerist af einhverjum ástæðum, ertu ekki alltaf sú sem segir mér það?"

"Svo, hvað gerist næst?" spurði móðir hennar.

"Við þurfum að vera saman og húsið hjá E-Z er nógu stórt fyrir okkur öll. Hinir og Charles Dickens – lang saga – munu hitta okkur þar."

"Ekki sá Charles Dickens?"

"Sá eini sanni, en hann er aðeins tíu ára gamall. Hann kom og var uppgötvaður af tveimur leitargröfurum í London í Englandi. Hann hefur verið sendur aftur til jarðar af einhverjum ástæðum. Fyrir utan að hann og E-Z eru frændur. Hann er einn af okkur. Saman ætlum við að sigra þessar systur og leiðrétta heiminn aftur."

"Förum!" sagði Brandy. "Mamma hefur bakpokann minn í bílnum, og hann er með öllu nauðsynlegu. Ég er alltaf með tösku tilbúna, til öryggis. Það hefur komið sér vel nokkrum sinnum. Ég geri ráð fyrir að húsið hafi þvottavél og þurrkara? Ó, og hárþurrku?"

"Já, já og já," sagði Lia, og flautaði svo.Brandy og móðir hennar huldust fyrir eyrun. "Hvað var það?"

"Komdu út og ég mun kynna þig fyrir vinkonu minni, Little Dorrit – hún er einhyrningur – og þú getur náð í tösku þína á sama tíma." Þær gengu út um dyrnar og hún benti upp í himininn, þar sem einhyrningurinn var að lenda.

"Bíddu nú við," sagði Brandy, "erum við að fara að ríða þvert yfir landið á einhyrningi?"

Móðir Brandy varð alvarleg í svip. Henni varð illt í maganum og hún fann fyrir svima. Fætur hennar urðu eins og ofsoðin spagettí.

"Komdu og klappaðu henni," sagði Lia. "Litla Dorrit, þetta er Brandy og mamma hennar."

"Feldurinn hennar er yndislega mjúkur," sagði móðir Brandy.

"Viltu láta keyra þig að bílnum þínum?" spurði Little Dorrit.

"Nei, takk," sagði móðir Brandy. Síðan við dóttur sína: "Ég veit ekki hvernig ég á að útskýra þetta fyrir föður þínum. Kannski ættuð þið öll að koma með mér heim og saman skulum við útskýra þetta og ákveða hvort þú meikomast að fara..."

"Ég verð að fara," sagði Brandy. "Þetta er örlög mín." Hún faðmaði móður sína.

"Væri hjálplegt ef þú talaðir við mömmu mína?" spurði Lia og hringdi án þess að bíða eftir svari, útskýrði stöðuna og rétti símanum til móður Brandy sem spjallaði við Samönthu og rétti svo símanum aftur.Næsta sem þær vissu var að þær þrjár voru að fljúga um bílastæðið, í leit að bílnum, á meðan fólk niðri blés í lúðrana, tók myndir á símunum sínum og rakst saman með bíla og innkaupakerrur.

"Þarna er hann," sagði móðir Brandy.

Litla Dorrit lenti og hún renndi sér af. "Bíddu hér og ég skal ná í tösku dóttur minnar."Hún sneri aftur og kastaði töskunni upp til Brandy. "Takk fyrir flugið," sagði hún við Little Dorrit. Við Brandy sagði hún: "Brandy, hringdu heim. Á hverjum degi. Eins og E.T." Hún blés kossi til hennar. Síðan við Líu: "Það var gaman að kynnast þér."

"Þér líka," sagði Lia, þegar Little Dorrit lyfti sér frá jörðinni. "Ekki hafa áhyggjur, við munum gæta dóttur þinnar."

Móðir Brandy horfði á þær fljúga burt þar til hún sá þær ekki lengur. Þá höfðu forvitnu nágrannarnir fundið sér eitthvað annað til að fylgjast með, svo hún settist í bílinn sinn og lagði af stað heim.

Hún fór langleiðina heim. Hún þurfti að hugsa út í hvernig hún ætlaði að útskýra allt þetta fyrir föður Brandy.

KAFLI 6
HARUTO

Alfred beið fyrir framan kaffihúsið þar til eigandinn, sem hafði búist við nýjum viðskiptavini, kom. Amma Harutos gleymdi að nefna að viðskiptavinurinn var trompettrana. Þegar eigandinn sá Alfred leiddi hann hann að borði langt aftast.

Alfred lét það ekkert á sig kreista að vera færður úr vegi. Reyndar kaus hann frekar að vera afsíðis þar sem skilti benti til þess að gæludýr væru ekki leyfð – ekki að svanir væru taldir gæludýr í Japan eða annars staðar í heiminum sem hann þekkti.

Á meðan hann sat þögull og beið eftir föður Harutos notaði hann ókeypis Wi-Fi kaffihússins og uppgötvaði nokkra virkilega flott hluti um kaffihúsamenningu Japans. Eins og í Yokohama voru kaffihús fyrir kettasinnum og eitt í tilefni af broddgöltum.

Fimmtán mínútum síðar kom maður inn í kaffihúsið. Alfred vissi strax að þetta var faðir Haruto, þar sem maðurinn gekk fljótt að borðinu hans.

"Naze watashitachiha daidokoro no chikaku ni iru nodesu ka?" spurði hann kaffihússeigandann (sem þýðir: af hverju erum við nálægt eldhúsinu?"

"Kare wa hakuchōdakara!" sagði eigandinn áður en hann fjarlægðist borðið (sem þýðir: Vegna þess að hann er svanur!)

Þegar hann kom aftur nokkrum mínútum síðar með bakka fullan af Bubble Tea, sagði eigandinn: "Mōshiwakearimasen" (sem þýðir: Mér þykir það leitt.)

"Ī nda yo," sagði faðir Harutos með brosi (sem þýðir: Það er í lagi.)Teið hans Alfreds var borið fram í skál sem var nógu stór fyrir hann til að stinga goggnum sínum í. Teið hans var ískalt – sem var gott því hann vildi hvorki brenna tunguna né bíða lengi eftir að það kólnaði.

"Domo arigato gozaimasu," sagði Alfred (sem þýðir: takk kærlega fyrir.)"Iie," svaraði faðir Harutos (sem þýðir: ekki tala um það).

Þeir sátu þögulir, horfðu á hvorn annan og slurkuðu teið sitt um stund.

"Hvers vegna ert þú hér?" spurði faðir Harutos skyndilega. "Kona mín óttast að þú viljir taka son okkar frá okkur, og þú mátt ekki hafa hann. Já, við fundum hann en við erum einu foreldrar sem hann hefur nokkurn tíma þekkt."

"Vá!" hrópaði Alfred. "Ekkert mun gerast nema þú viljir það. Að auki er enskumaður sonar þíns frábær," sagði Alfred. "Eins og þín eigin."

"Lófi mun þér ekki gagnast hér. Eins og ég sagði áður, þú færð son minn ekki."

"Ef Haruto gæti hjálpað okkur að bjarga heiminum? Myndir þú þá enn segja nei?"

"Haruto er bara drengur. Þú ert svanur. Hvað geta drengir og svanir gert sem karlar geta ekki gert? Þú færð hann ekki." Hann krossaði armpana.

"Hvað ef við getum ekki bjargað heiminum án hjálpar hans? Hvað ef hann vill hjálpa okkur?"

"Haruto veit ekkert um lífið. Hann getur ekki hjálpað þér. Finndu son einhvers annars, einhvern eldri. Einhvern sem er fæddur til að bjarga heiminum. Ekki drengur. Ekki minn drengur, Haruto. Ekki í dag, ekki á morgun né nokkurn tíma."

"Hvað ef við leyfum honum að ákveða?" sagði Alfred. "Eftir að ég hef útskýrt allt."

"Segðu mér allt núna. Og ég mun ákveða hvað hann eigi að vita. En fyrst, leyfðu mér að spyrja þig - hvað fær þig til að halda að lítill drengur eins og sonur minn geti hjálpað þér?"

"Við teljum, eins og við hinir, að hann hafi gjafir, einstakar gjafir. Hann er ekki eins og önnur börn, er það ekki? Þegar Rosalie nefndi hann var hann enn ungabarn. Hefur hann þroskast hraðar en önnur börn?"

Faðir Harutos hristði höfuðið. "Þegar við fundum hann fyrir fimm árum var hann ungabarn. Hann hefur vaxið, eins og hvert barn vex."

"Ó, mér þykir það leitt. Rosalie hafði ekki tíma til að uppfæra né klára glósurnar sínar. En viltu ekki að sonur þinn sé með öðrum börnum sem eru gefin eins og hann? Hann yrði einn af okkur, við myndum samþykkja hann. Og við myndum heiðra gjafir hans og vernda hann."

"Ertu að gefa í skyn að ég geti ekki verndað eigin son?"

"Nei, herra. Ég er alls ekki að segja það. Ég er að segja þér að við þurfum hann og kannski, bara kannski, þarf hann okkur. Strákur sem stendur einn getur aldrei verið eins sterkur og strákur sem er hluti af liði."

"Kannski er hann einmana. Kannski, en hann er ungur og hann mun vaxa úr því." Faðir Harutos þagði áður en hann spurði: "Hvað er gáfa þín og hver er óvinurinn?"

"Ég hef lækningamátt, fyrir menn og dýr – aðallega dýr. Ég get lesið hugsanir. Lia sér inn í framtíðina. E-Z bjargar lífum. Ég get læknað sjúka og lesið hugsanir. Við eigum jafnvel ofurhetjuvefsíðu sem ég get sýnt þér ef þú vilt sjá allt fyrir þér sem sönnun."

"Ég hef þegar séð vefsíðuna ykkar," sagði faðir Harutos. "Þið eruð þekkt sem Þeir Þrír. Eruð þið þrír ekki nógu öflug til að takast á við hvaða óvini sem þið mætið? Hvernig getur lítill drengur eins og Haruto hjálpað ykkur? Hann man varla eftir að bursta tennurnar."

"Ég skil það. Ég átti líka son þegar ég var mannleg."

"Þú varst mannleg einu sinni? Hvað varð um son þinn?"

"Þeir dóu, og ég var breytt í svana. Þetta er löng og flókin saga. Aðalatriðið er að við vissum ekki, fram að þessu, að það væru önnur börn. Það var Rosalie.

Hún var ótrúleg kona, með hæfileika til að eiga samskipti við börn í huga sínum. Hún talaði við Líu, Haruto, Brandy og Lachie. Hún sameinaði alla og greiddi hátt verð fyrir það. Furíurnar drápu hana þegar hún neitaði að afhenda þeim upplýsingar um börnin. Án Rosalie hefðum við ekki vitað að hin væru til og við værum ekki hér til að vernda son þinn né biðja um hjálp hans til að sigra þessar illu systur.

"Mér var sendur til að tala við Haruto og útskýra hvað við erum að takast á við. Auðvitað getur hann neitað, þú getur neitað fyrir hans hönd – en án hans gætum við ekki sigrað hina illu guðdísir sem kallast Fúrin."

Eigendinn bauð upp á meira te. Alfred þakkaði nei, en hendur föður Harutos skjálfuðu örlítið þegar hann lyfti nýfylltu teskeypinu sínu og tók sopa.

"Er Haruto yngsta barnið?"

Alfred kinkaði kolli.

"Segðu mér frá hinum tveimur nýju liðsmönnum."

"Brandy deyr og fæðist aftur. Lachie getur talað og öll veru skilja hann."

"Fæðist þessi Brandy aftur sem sjálf sig í hvert sinn?" spurði faðir Harutos.

"Svo sem ég best veit."

"Hversu gömul er hún?"

"Það veit ég ekki með vissu, en ég tel að hún sé unglingur. Af hverju skiptir það máli?" spurði Alfred.

"Vegna þess að endurfæðast aftur og aftur á meðan hún er í mannlegu ástandi þýðir að Brandy sitji fast í námsstiginu. Þess vegna mun henni ganga vel með öðrum sem eru lengra komnir en hún. Hún mun læra af þeim og kannski mun það hjálpa henni að ná næsta stigi."

Alfred skildi þetta að einhverju leyti, en sagði ekkert.

"Sonur minn mun ekki stuðla að framgangi lífs Brandy, þess vegna leyfi ég honum ekki að taka þátt í þessari baráttu. Mér þykir leitt að hafa eytt tíma ykkar."

"Jæja, ég hef komið alla þessa leið – svo hvað skaðar það að ég tali við hann, með ykkur, eiginkonu þína og móður, viðstadd?" Gefið honum valið. Láttu hann ákveða. Ef þetta hentar honum ekki, ef þið teljið hann of ungum eða óundirbúinn – þá skiljum við það – en vinsamlegast, leyfið mér að tala við hann um þetta. Sjáið hversu mikið hann getur skilið. Látið hann sjálfan segja nei – þá fer ég aftur í flugvélina og þið sjáið mig aldrei aftur."

"Þú ert svanur, og þú flýgur í flugvél?" hringdi hann hátt úr hlátri. Aðrir gestir kaffihússins tóku þátt þótt þeir hefðu enga hugmynd um af hverju hann var að hlæja. Þeir hlógu því hlátrar hljómur föður Harutos var smitandi.

"Segðu mér hvað liðið ykkar hyggst gera og af hverju. Þá mun ég taka ákvörðun. Ef þið sannfærið mig, gæti ég leyft ykkur að reyna að sannfæra Haruto."

"Þegar við deyjum, yfirgefa sálir okkar líkama okkar og fara í síðar hvíld í því sem kallað er Sálaveiðari. Ég veit að þetta er öðruvísi en það sem við trúum, en það er satt. Furíurnar hafa verið að drepa börn – börn sem eru að spila tölvuleiki – og setja síðan sálir þeirra í Sálaveiðimenn sem ætlaðir eru öðrum sálum. Þegar aðrir deyja, er ekkert fyrir sálir þeirra að fara."

Faðir Harutos þagði um stund.

"Ef hann vill, sonur minn, mun Haruto hjálpa. Hann mun segja þér hvað hæfileiki hans er. Hann mun segja þér það sem hann vill að þú vitir, og hann mun ákveða það."

"Takk fyrir," sagði Alfred.

Þeir stóðu upp, yfirgáfu kaffihúsið og héldu til heimilis Haruto. Þegar þeir komu var kvöldverðurinn borinn fram strax og allir fengu upplýsingar um verkefnið.

"Hvað gerist með hinar sálirnar? Ef þær eiga engan stað til að fara?" spurði Haruto, lagði nið ur matarpinna sína og tók sopa af vatni.

"Það vitum við ekki með vissu," svaraði Alfred. Hann kastaði auga til föður Harutos sem kinkaði kolli. "En Rosalie. Manstu eftir Rosalie?"

"Já, ég þekkti hana, og ég veit að hún dó," sagði Haruto. Hann settist mjög beinn upp, "Átt þú við að sál hennar hafi engan stað til að koma? Hvernig get ég hjálpað henni að komast heim?"

"Mér þykir gott að þú viljir hjálpa, Haruto," sagði Alfred. "Sál Rosalie er örugglega í höndum tveggja væntanlegra engla sem hafa hjálpað okkur og E-Z í fortíðinni. Svo henni líður vel um stundarsakir.

Áður en ég útskýri meira, mig langar að vita hvaða sérstaka krafta þú býrð yfir?"

Haruto stóð upp, leit til föður síns, sem kinkaði kolli, og sagði svo: "Ég hreyfi mig mjög hratt." Og hann hóf að snúast, hraðar og hraðar og hraðar þar til hann hvarf.

"Vá!" sagði Alfred. "Þú ert eins og hverfandi útgáfa af Tasmaníuhundi!"

"Okkur þreytir aldrei að sjá hann í aðgerð," sagði móðir hans. Hún hafði verið áberandi þögul fram að þeim orðum. "Komdu aftur núna, barn," sagði hún. "Komdu aftur."

Hann birtist aftur á sama hátt og hann hvarf, nema að nú gátu þeir ekki séð hann snúast þar til hann birtist aftur. "Ég er aftur orðinn svangur!" hrópaði Haruto. Hann settist niður, fyllti diskinn sinn aftur og át gráðuglega.

"Gerir það þig alltaf svangan?" spurði Alfred.

"Alltaf," sagði Sobo og bauð barnabarni sínu meira að borða. Hann kinkaði kolli, of upptekinn við að borða til að svara.

Eftir að Haruto hafði borðað sig saddan útskýrði Alfred að E-Z's myndi þjóna sem höfuðstöðvar liðsins, eða grunnstöð. Hann var að tefja fyrir sér, að leita að réttum orðum til að segja þeim frá hættunni sem þeir myndu allir vera í.

"Láttu mig segja þér þetta áður en þú samþykkir – að Fúrin eru illar, hræðilegar verur sem refsa börnum þótt þau hafi ekki gert neitt rangt. Þær hafa verið að taka líf barna vegna illra hugsana, ekki illra verka, og rænt sálagripum annarra. Við verðum að stöðva þær og leiðrétta hlutina aftur. Og þær eru ákaflega hættulegar og voldugar gyðjur."

Faðir Harutos sagði: "Ég bannast þér að fara!"

"En pabbi, þú hefur kennt mér að gjörðir mínar í þessu lífi muni hafa áhrif á næsta. Þess vegna verð ég að segja já." Hann leit á Alfred og sagði: "Talið mig með!"

"Haruto, sem móðir þín og faðir þinn viljum við að þú takirst – en við viljum að þú sért nálægt okkur, ekki alla leið hinum megin á hnöttinum með ókunnugum.

"Haruto reis upp úr sætinu og lagði handleggina utan um háls ömmu sinnar. Þær hvísluðu hvor til annarrar á japönsku svo að Alfred gæti ekki skilið þær.

"Sobo segir að hún muni fylgja mér, en hún óttast að tími hennar sé kominn. Ef hún deyr og er ekki í Japan, hvernig mun sál hennar finna leið sína heim?"

"Við höfum nokkra erkiengla og erkienglaaðstoðarmenn sem vinna með okkur. Þau eru að gæta sálar Rosalie öruggar og ef eitthvað myndi gerast ömmu þinni, þá er ég viss um að þau myndu vernda sál hennar líka. Þangað til Sálaveiðimenn þeirra verða tilbúnir."

"Ég er svo stoltur af þér," sagði Sobo, "og mér verður það ánægja að fljúga með þér. Ég hlakka til að hitta hin ofurhetjubörnin. Þessi Sobo mun eignast fleiri barnabörn." Hún faðmaði Haruto.Móðir og faðir Harutos tóku einnig þátt. Þetta var fjölskylduknús. Tár runnu niður kinnar Alfreds. Gráti svans er það sorglegasta sem til er.

Þegar þeir losuðu sig úr faðminum var uppþvottinum safnað saman og settur í vélina. Allir fengu sér te, nema Haruto.

"Ég skal undirbúa töskuna mína," sagði hann. "Góða nótt."

"Ég mun bóka flugmiðana okkar og láta ykkur vita smáatriðin," sagði Alfred.

Hann hélt til baka á hótelið og bókaði flugið sitt. Síðan sendi hann öll smáatriðin til Charles Dickens. Hann vonaðist til að

Charles gæti mætt þeim á Heathrow-flugvelli og að þeir myndu allir fljúga saman til E-Z.

Eftir þreytandi dag stökk Alfred upp í Queen Size-rúmið sitt. Hann muldi koddana og horfði á sjónvarpið þar til hann sofnaði loks.

KAFLI 7
Á leiðinni

Þegar börnin öll voru á leiðinni til húss E-Z, var orka í loftinu sem kallaðist von. Sú orka virtist breiða úr sér um allan heiminn. Svo mjög að hún náði til Fúria.

Þrjár illar gyðjur dönsuðu í kringum eldinn sem þær höfðu kveikt í katli úr beinunum hinna látnu. Upp reis fjölhöfða logandi kúla. Rétt fyrir augum þeirra skiptist hún í þrjár eldkúlur.

Guðdísirnar fylltu eldkúlurnar af auknum krafti, þar til virtist sem hin reiðu kúlur myndu springa. Síðan sendu þær þær af stað til að finna og brjóta vonina sem bjó í hjörtum óvina þeirra.

Fyrsta eldkúlan lagði af stað til fjærstu áfangastaðarins sem var á leið til að eyða E-Z, Lachie og Baby. Hið logandi fyrirbæri brotnaði niður á leiðinni, sundraðist af hreinum hraða, þar til það var orðið á stærð við keilubolta. Það beindist að þríeykinu sem ekki varð þess var.

Það voru skynjarar hjólastóls E-Z sem vöktu hann við hættuna sem var að nálgast, þökk sé uppfærslu Hadz og Reiki. GPS-ið skynjaði líflausan hlut á miklum hraða, sem var að stefna beint á þau.

"Eitthvað er að koma beint á okkur!" hrópaði E-Z. "Látum okkur lenda og komum okkur úr vegi þess."

"Jæja," sagði Lachie, og þremenningarnir lentu.

En logandi kúlunni fylgdi þeim á eftir, eins og hún hefði eigið rakningartæki. Sama hversu lágt þeir flugu, hélt hún óþreytandi á eftir þeim.Þau stöðvuðust, svifu saman – óviss um hvort þau ættu að lenda núna eða reyna einhvern annan snjallari hátt til að komast undan. Ef þau lentu og hluturinn fylgdi þeim gæti hann drepið eða meitt aðra. Þau vildu ekki ógna öryggi annarra vegna þess að þetta var á eftir þeim.

"Hvað eigum við að gera?" spurði Lachie.

"Þið og Baby leitið ykkur skjóls, látið mig og stólinn minn sjá um þetta.""Við erum ekki að skilja þig eftir!" hrópaði Lachie og Baby kinkaði kolli.

"Allt í lagi, þá komið þið aftan að mér," sagði E-Z. Hann vissi að hann og hjólastóllinn hans væru skotþolnir, en voru þeir einnig elskuboltumónar? Hann ætlaði að komast að því, í 5, 4, 3, 2, 1.

Baby rétti úr hálsinum, lét frá sér öskur með munninn opinn eins breiðan og hann gat – og eldkúlan flaug beint inn í hann. Augu drekans stækkuðu og varir hans nötruðu á meðan hann hélt hinum logandi skepnu inni. Síðan tók hann á loft, með Lachie hangandi um hálsinn á honum af öllu afli, fljúgandi langt í burtu í leit að stað til að losna við það sem brenndi hann innan frá.

Að lokum fundu þeir stað til að láta það detta örugglega í sjóinn. Baby opnaði munninn og það flaug út. Enn í logum renndi hluturinn sér yfir vatnið, eins og það ætlaði sér að lifa af, en að lokum gaf það sig og slökkvaðist þegar það sökk í hafið.

"Já!" hrópaði E-Z. "Frábært hjá þér, Baby!"

Baby og Lachie sneru aftur til E-Z. "Hvað gerðist?"

"Baby var ótrúlegur! Hann lét eldkúluna detta í sjóinn. Hún er nú bara önnur steina."

"Takk, Baby," sagði E-Z. "Þetta var dálítið of nálægt lúxusnum."

"Samþykkt. Og Baby á skilið smá nammi. Eitthvað svalara fyrir hálsinn á honum."

"Hvað sem Baby vill," sagði E-Z. "Förum niðri og tökum okkur pásu áður en við förum áfram."

Lachie faðmaði hálsinn á Baby og þau fóru niður til að hrista af sér fyrstu og vonandi síðustu viðurcignina við brjálaða cldkúlu.

"Heldurðu að það hafi verið Reiðikellurnar?" spurði Lachie.

"Ég held ekki að þær viti af okkur. Ég meina, þær vita að við erum til, en ekki neitt nánar um okkur."

"Það skrímsli beindi sér beint að okkur. Reyndi að drepa okkur. Hver annar myndi vilja sjá okkur dauða?"

"Þú hefur rétt fyrir þér, það kom beint að okkur. Líklega bara tilviljun. Ég vona það."

"Ættum við ekki að vara hina?"

E-Z leit á símann sinn. Hann hafði enga tengingu. "Teymið mitt ræður við sig og ég vil ekki hræða þau. Við skulum vona að þetta hafi verið einangrað tilfelli."

$$* * *$$

Fúriurnar sendu annan logandi disk í átt að Yokohama. Flugvél Alfreds og Harutos var þegar á flugbrautinni að undirbúa brottför.

Eldkúlunni flaug á móti þeim, en hún valdi óheppilega leið – hún flaug framhjá 59 feta vélmenni sem rétti út handlegg, greip hana og muldi hana. Öskur brann niður á pallinum fyrir neðan.

Á flugvellinum tók flugvél Alfreds og Harutos öruggan flug og parið vissi aldrei að þeim væri ógnað.

$$*\ *\ *$$

Þriðja og síðasta logandi kúlunni flaug út í áttina að Phoenix í Arizona. Hún flaug hring eftir hring í margar klukkustundir og leitaði að skotmarki sínu en fann það ekki.

Little Dorrit var framúrskarandi einhyrningur, með varnarhjúp gegn uppgötvun til umráða og hann var ætíð til taks. Vernd farþega hennar var jú meginhlutverk Little Dorrit.

Eftir að hafa flogið um marklaust jókst hinn logandi kúla í stærð í stað þess að brotna sundur, þar til hún var orðin eins stór og halastjarna. Síðan sneri hún heim til lögmætra eigenda sinna – Hefnidgyðjanna.

Hinn logandi hluturinn, sem þekkti ekki vin frá óvini, elti Hefnidgyðjurnar öskrandi um Dauðadalið í margar klukkustundir. Þær flúðu til að bjarga lífi sínu þar til Tisi kallaði fram galdur.

Í fyrstu stöðvaðist kúlunni í loftinu og þær þrjár gyðjur horfðu ánægðar á hana þegar hún féll í pottinn og var hulin sveppasoði.

Alli flaug að henni og þröppaði lokið.

Þá hneigðu Fúrin hausana aftur og hæðust að henni, á meðan þær dönsuðu, sungu og hlógu.

Þangað til heyrðist poppandi hljóð innan úr pottinum. Eins og poppkornskorn sem hitna. Hljóðin urðu háværari, lokið á pottinum buldi inn að innan og lyftist loks nægilega til að nýfæddir eldkúlur gætu flúið út.

Litlu eldkúlurnar, sem áttu engan veg til að fara, beindust að Fúrinum, eltu þær um allt, á meðan þær sprungu hver af annarri út.

Brunnar, þreyttar og pirraðar kölluðu þrjár gyðjurnar á Eriel til að koma og hjálpa sér, en að þessu sinni svaraði hann ekki.

$$* * *$$

Á meðan hann flaug einn um himininn, en Lachie og Baby voru á hægari ferð vegna aukaverkana sem Baby fékk við að hafa gleypt eldkúluna, mat E-Z liðið sitt. Nokkrum sinnum fékk hann skilaboð í röð sem staðfestu að þau væru einnig að hugsa til hans.

Lia sendi skilaboð sem staðfestu krafta Brandy og Alfred hafði gert slíkt hið sama varðandi hæfileika Haruto.

E-Z hafði ekki svarað því með því að segja þeim frá völdum Lachie. Í staðinn vildi hann fara yfir hlutina til að sjá hvernig hæfileikar hans og sjö manna liðsins hans (þar á meðal Charles) myndu standa sig gegn þremur voldugum en illum gyðjum.

Þegar hann tók saman í huga sínum minnti hann sig á styrkleika liðsins síns:

Ég get flogið, og stóllinn minn líka. Við erum skotþolnir og ég er ofursterkur. Ég er góður leiðtogi, ég er klár og ég hef mikla samkennd.

Lia er innsæisfull, samkenndug, góð, klár, og hún getur lesið hugsanir og séð inn í framtíðina.

Alfred er sterkur í hugsunum, greindur og sem elstur meðlimurinn vitur af aldri. Hann er samkenndugur, getur stundum lesið hugsanir og getur læknað sjúka.

Lachie á samskipti við verulegar verur. Hann er einsetumaður, en það er ekki hans sök. Hann er samúðarfullur og greindur. Hann veit hvernig á að lifa af þrátt fyrir allar horfur og dulargeta hans mun nýtast vel.

Haruto er yngstur, en hann er lifandi. Hann getur snúið sér ósýnilegan.

Brandy hefur dáið – nokkrum sinnum – og komið aftur til lífs. Hún er sannarlega lifandi.Síðast en ekki síst er Charles Dickens. Hæfileikar hans eru óþekktir. En hann er klár, samúðarfullur og getur aðlagað sig.

Með símanum sínum þegar hann hafði nægt nettengingu leitaði hann í sögulegum skjölum á netinu til að komast að því hvaða hæfileika Furíurnar myndu bjóða upp á:

Ofurmannleg styrkur.

Þol, þar á meðal mikil þolgeta fyrir sársauka.

Lífskraftur.

Flugskriðdýraleg lipurð.Sterk viðnám gegn meiðslum og ofurhröð gróandi kraftar.

Flug.

Líkambreyting – í líkamsgerð annars einstaklings.

Ósýnilegheit.

Þær gátu valdið fórnarlömbum sínum sársauka.

Meg gat losað frá sér sníkjudýr.

JIJÍ.

Bíddu nú við, hér stendur að Furíurnar hafi sögulega táknað réttlæti. Þar stendur að áður fyrr hafi þær aðeins beitt illmenn og sekta skaða... að hinir góðu og saklausu ættu ekkert að óttast. Svo, hvað breyttist? Hvers vegna þurftu þær að drepa saklausa krakka með því að nota leik til þess?

Hann las áfram og velti fyrir sér hvernig þær væru nákvæmlega að drepa börnin. Samkvæmt goðsögnum höfðu Eirðurnar aldrei beitt ranggerðamenn líkamlegum meiðingum. Í staðinn notuðu þær sektarkenndina – til að reka þá til geðveiki.

Hann hugsaði til drengsins sem hafði reynt að skjóta hann. Þær höfðu sannfært hann um að ef hann gerði ekki það sem þær sögðu, myndu þær meiða fjölskyldu hans. Hann velti fyrir sér hvar sá krakki væri núna. Var hann í einum af Sálaveiðimönnunum?

Hann hélt áfram að leita til að komast að því hvort Fúrin gætu sýnt miskunnsemi og fann engin sönnunargögn þess.

Hann bætti við listann einhverju sem þeir vissu þegar – Fúrin voru dánarverur. Það var eitt sem hann og hin illu guðdísirnar höfðu sameiginlegt, og hann og lið hans þyrftu að finna leið til að nýta sér það til hagsbóta.

Lachie og Baby náðu E-Z.

"Hvernig hefur Baby það?" spurði hann.

"Hann hefur það betra núna," svaraði Lachie.

Baby kastaði höfði aftur, lét frá sér öskur og þeyttist áfram.

"Bíddu eftir mér!" hrópaði E-Z.

KAFLI 8
Hefnugyðjur

Með ógeðslegu vonarilminum sem enn fyllti loftið, biðu Hefnugyðjur. Þær höfðu lagað brennda fötin sín og klippt brennda hárið sitt. Sem betur fer sluppu ormarnir ómeiddir. Til að gera sig fínar fyrir komandi gest.

Hann var velgjörðarmaður þeirra. Sá sem hafði fært þær aftur til jarðar. Hann lagði til að þær settu upp aðsetur sitt í óséðanlega hjarta Dauðadalsins.

Áður en misheppnuð eldkúla hafði þau séð merki. Merki um að allt væri nú að snúast gegn þeim. Breyting var góð, en aðeins ef þau hefðu stjórn á henni. Tími þeirra var að koma. Þau þurftu að vera tilbúin til að bregða á fætur. Allt var að snúast í þeirra hag. Það eina sem þau þurftu að gera var að bíða. Og vera svo tilbúin til að slá til.

"Eriel," hvæsti Meg.

Aðalsengillinn, ástkæri leiðtogi þeirra, hafði loksins komið.

"Hvað er nýjust?" spurði Tisi. "Okkur er nóg boðið af allri þessari von í loftinu."

"Já, þessi von er farin að draga úr okkur kraftinn," sungu Tisi og Allie og dönsuðu í kringum logandi eldinn.

Hann horfði á þær, dansandi nakinar eins og banshees. Þær hvelltu piskur sínar á meðan ormar, sem voru handleggir þeirra og hár, skríðuðu og spúðuðu eitrað um allt.

Eriel kom niður á þau eins og svartur ský, settist að og breiddi vængina saman. Stórvaxni hans gerði Fúriurnar að líta út eins og dúkkur. Hann stóð með hendur á mjöðmum, settist svo á eitt hné til að vera á sama stigi og þær. Þetta var hans leið til að lækka sig til þeirra stigs, á sama tíma og hann hélt sér yfir þeim. Hann vildi að þær vissu að þær væru að vinna fyrir hann og ekki öfugt.

Hann var þreyttur á að þurfa sífellt að minna systurnar á þetta, en hann óttaðist að þetta væri eina leiðin til að halda þeim í skefjum.

"Það er engin von – ekki nú þegar við vinnum saman," sagði Eriel. "Og ekki hlæja. Jæja, ég held að þið megið hlæja. Það er það sem ég gerði þegar ég heyrði fyrst að þeir væru að senda barnalið til að drepa ykkur."

Fúrin hlógu sig hálfvöru. Röddur þeirra endurómuðu um Dvalardalinn og hrökuðu öllum fuglunum burt.

"Þessir fífl!" sagði Meg.

"Við munum éta þessi börn, í morgunmat, hádegismat og kvöldmat," sagði Tisi og lék sér um varirnar.

"Við étum ekki börn," sagði Alli. "En þú ert fyndin, systir. Allt sem við viljum eru sálir þeirra. Og ég man ekki AF HVERJU við viljum þær. Útskýrðu það aftur, kæra systir."

Meg sagði: "Við erum að framkvæma skipanir Eriels. Hann vill Sálaveiðimennina og við erum að ná þeim fyrir hann. Um leið og við uppfyllum kröfur hans, verðum við aftur Dætur Nyx – Hin Mildu – og munum ráða nóttinni og gera hvað sem okkur lystir."

"Þá, ef ég vil smakka eitt af börnunum – má ég það, ekki satt?" spurði Tisi. "Ég hef alltaf velt því fyrir mér hvað þau myndu bragðast." Hún velti upp augunum og lyktar af loftinu. Eftirinn á höfði hennar rétti sig í átt að honum.

Eriel hvæsdi. "Þetta eru ekki venjuleg börn, eins og þau sem þið eltið í leik. Þetta eru gáfað börn, með völd og hæfileika. En samt, ég mun halda ykkur upplýstum, og þið munið þurfa á hjálp minni að halda."

"Hjálp þín? Til að sigra börn, bara ungabörn?!" þríeykið hló og flögraði um loftið, lyftist af jörðu með öflugum leðurblökkuvængjum sínum. "Við munum sigra þau áður en þau jafnvel ráðast á okkur." Slangurnar hvæstu og spúðu samþykki.

"Eins og við gerðum í hvítu herberginu. Eins og við gerðum við vinkonu þeirra, Rosalie. Hún vildi ekki segja okkur hver var sendur til að ná í okkur. Við vildum vita það og vorum orðin þreytt á að bíða eftir að þú segðir okkur það. Svo við tókum hana úr leik," sagði Meg.

"Já, og þú varst næstum því búin að afhjúpa leikinn! Einnig er það leitt að þú tókst ekki upp sál hennar og settir hana í Sálaveiðara," sagði Eriel. "Nú eru eftir lausir endar. Lausir endar geta orðið vísbendingar fyrir þá sem leita að þeim."

Þær litu upp í himininn og sáu litabletta eins og regnbogann sem teygði sig frá einum enda til hins. En þetta var ekki regnboginn, þetta var orka. Orka þeirra sem æðstu englunum hafði verið fengið til að gera það sem þeir sjálfir gátu ekki gert.

"Við vitum að þau eru að koma – og þau munu ekki eiga séns gegn okkur!" hrópaði Tisi.Jæja, þeim tókst samt að sigra þær barnalegu eldkúlur sem þið senduð!" hrópaði Eriel. "Hversu fátækur og áhugamannlegur tilraun það var! Mér varð til skammar að vinna með ykkur! Sem betur fer veit enginn af tengslum okkar."

Með krosslagða hnefana og krosslagða tennur héldu Fúrinum ekki áfram þangað til Alli brást ísinn.

"Systur, skoðun hans á okkur skiptir engu máli. Við gerðum okkar besta. Það var þess virði að reyna.

Auk þess höfum við nú þegar nóg af sálum til umráða." Hún hrærði í pottinum, smakkaði súpu með mæli en spúði henni út. "Of salt," sagði hún. Hún bætti við vatni, villisveppum og ungum kartöflum. "Og við erum að safna fleiri barnasálum á hverjum degi.

Ég er þreytt á að bíða hér eftir að barnaborgarhetjurnar komi til okkar. Að þær komi sér saman.

Þegar þeir eru allir komnir saman, af hverju drepum við þá ekki bara?"

"Systir, þú verður að sýna þolinmæði."

"Ég er þreytt á að sýna þolinmæði. Ég er þreytt á – ég er hreint út sagt þreytt," sagði Alli. Hún hrærði og eftir að hafa bætt nokkrum villtum jurtum og kryddum út í smakkaði hún súpuna, og hún var góð. "Kvöldmaturinn er tilbúinn," sagði hún.

"Þið verðið að vera þolinmóðar og þið megið ekki bregðast við – nema ég segi ykkur að bregðast við. Þetta er leikur minn og ég hef boðið ykkur að spila. Án míns eruð þið bara þrjár gagnslausar guðdísir sem sofa út restina af lífi ykkar." Hann sparkaði sandinum með stígvélinu sínu. "Og það er hreint aumt að þið þurfið að neyta mannlegs matar. Veruleg niðurstaða – þar sem þið þurfið nú næringu til að lifa af.

Þegar ég ræði jörðinni og allir Sálaveiðimennirnir búa hér, mun ég stöðva jörðina. Ég mun ríkja jörðinni ef þið spilið leikinn rétt. Ef þið gerið eins og ég bið ykkur, munuð þið vera við hlið mér og deila vinningspeningunum. Ef þið gangað gegn mér, munuð þið hverfa aftur til dufts."

Eftir að hann hafði talað orðið duft, opnaði hann faðminn og vængina, lyfti sér frá jörðinni og hvarf.

Fúriurnar sungu saman á meðan þær slurkuðu súpu sína. Eðlurnar, sem voru hungrastrar, sleiktu hana upp, og þótt þær hreinsuðu pottinn, langaði þær samt í meira.

"Nú þegar hann er farinn," sagði Meg, "skulum við ræða okkar eigin endaleik."

Tisi og Alli hæðskruðu.

"Eriel trúir því að hann muni endurreisa okkur í guðdómlegt ástand, en við ætlum ekki að láta þann erkiengil taka yfir jörðina. Hver segir að hann muni ekki skilja okkur eftir í rykinu þegar við erum búnar með allt vinnuna? Erkienglar standa ekki alltaf við loforð sín. Við þurfum ekki að standa við okkar heldur, er það ekki rétt, systur?"

"Hver heldur hann að hann sé, hinn útvaldi?" spurði Alli.

Meg hló. "Hann er ekki valinn af neinu né neinum – en við þurfum hann samt."

"Já," sagði Tisi. "Hroki hans er veikleiki hans." Hún lækkaði röddina og hvíslaði: "Í hvert sinn sem hann talar veikist hann. Í hvert sinn sem hann svíkur hina erkiengla gefur hann frá sér aðeins meira af valdi sínu."

Aftur brutust systurnar í söng:

"Blóð ráðinna barna verður súpan á morgun.

Eftir að við snæðum, skemmtum við okkur með hula-hoop,"

Meg tók við laginu,

"Börn, kríli, illir smástrákar og sekir eins og skítur

Við segjum af höfði þeirra ef heppnin er með okkur!"

Alli söng,

"Dætur myrkursins gegn börnum sem hafa enga hugmynd. Himinninn mun rigna blóði áður en við erum búin!"

Þær hæðnisglottuðu og hvæsku, slógu með svipana sína og dönsuðu á meðan tunglið reis hærra og hærra á himninum. Útþreyttar féllu þær til jarðar og sváfu í moldinni. Slöngurnar kusu þessa stöðu – og sváfu líka – fremur en að hvæsa og hreyfa sig um alla nóttina.

"Góða nótt, systur," sögðu þær í kór, alveg eins og þær höfðu séð mennina gera í þáttunum The Waltons í sjónvarpinu í gegnum gervihnattadiskinn sinn. Þetta var einn af uppáhaldsþáttum þeirra. "Og á morgun munum við endurskoða áætlunina."

KAFLI 9
PAFHS9

Þetta var keppni fyrir Sam og Samantha sem biðu eftir að sjá hvaða hópur barna kæmi fyrstur til baka. Sá sem vann myndi þurfa að vakna með tvíburana alla nætur í heilan mánuð, svo mikið var undir.

Sam valdi E-Z, Lia, og svo Alfred. Samantha valdi Alfred, E-Z, og svo Lia.

"En E-Z er í Ástralíu," sagði Samantha ávíti. "Þú ætlar alveg að tapa. Ég mun hugsa til þín – EKKI – þegar ég sof að jafnaði í heilan mánuð."

"Þú valdir Alfred og hann er að fljúga með flugvél! Þú veist hvernig þau bóka alltaf of marga og halda sjaldan sig við áætlun. Á meðan E-Z getur komið og farið eins og honum sýnist og hjólastóllinn hans ferðast ótrúlega hratt! Ég ætla að vinna, og ég er svo viss um það, að ég mun gera veðmálið girnilegra og gera það sex mánuði. Ertu tilbúin að hækka veðmálið?"

Samantha velti þessu nýja tilboði fyrir sér. Veðmál eins og þetta gætu skaðað hjónaband, og þau voru þegar orðin svefnrækin þar sem þau bæði vöknuðu á hverri nóttu til að annast tvíburana. Hún faðmaði hann og sagði: "Skulum halda því einföldu. Einn mánuður."

"Skeið," sagði Sam og vafði örmum sínum utan um eiginkonu sína. Hann kossaði hana á ennið þegar Jill lét frá sér örvæntingarhróp sem Jack tók fljótlega þátt í. "Ég fer," sagði hann.

"Við förum saman," sagði Samantha og tók hönd eiginmanns síns og þau gengu niður ganginn.

Little Dorrit var á fullu að flýta sér aftur.

"Getum við ekki farið niður og fengið okkur að drekka?" spurði Brandy.

"Alveg ekki," sagði Little Dorrit.

"Komdu," sagði Lia, "þetta tekur bara nokkrar mínútur."

"Ég vil ekki hræða þig," sagði Little Dorrit, "en ég er að fá slæmt fyrirboða og vil að við komumst úr opnu rými sem fyrst."

"Í lagi," sammæltust stelpurnar tvær.

Næstum komnar heim sendi Lia Samantha textaskilaboð og sagði henni að þær yrðu komnar heim eftir nokkrar mínútur.

"Æ, við höfðum báðar rangt fyrir okkur!" sagði hún.

"En ein okkar þarf samt að vakna á hverri nóttu með tvíburunum," sagði Sam.

"Við skiptum á milli okkar," sagði Samantha, og hún og Sam gengu nú út í garðinn þegar tvíburarnir höfðu legið aftur til að blunda. Fljótlega sá hún Litlu Dorrit koma fljúgandi að landi.Lia og Brandy stökkku af.

"Þetta var æðislegt," sagði Brandy. "Takk, Little Dorrit." Hún faðmaði einhyrninginn sem svaraði: "Gjörðuð þið mér greiða."

"Já, takk fyrir að passa okkur," sagði Lia.

"Þegar ég passaði ykkur, komu þá upp einhver vandamál?" spurði Sam.

"Ekkert sem ég gat ekki ráðið við," sagði Little Dorrit. "Nú, ef þið þurfið mig ekki í smá stund, langar mig í vatn og snarl."

"Farðu endilega," sagði Sam, "og takk fyrir að passa upp á stelpurnar okkar."

Litla Dorrit augskotaði Sam, tók síðan á loft og var fljótlega horfin úr augsýn.

Eftir kynningarnar hjá Sam og Samantha hringdi Brandy heim til að láta móður sína vita að þær hefðu komið vel á stað.Nokkrum klukkustundum síðar komu Alfred, Charles, Haruto og amma hans. Eins og áður var fólki kynnt, og Brandy og Lia bættust í hópinn.

"Þú getur ekki verið Charles Dickens sjálfur," sagði Brandy og lyfti augabrúnunum. "Og þú ert bara krakki, varla kominn úr bleyjunum," sagði hún við Haruto sem gerði sig ósýnilegan í svarið.

"Æi!" hrópaði Brandy. "Og þú, þú ert stór fjöðruð svana! Hvernig ætlarðu að hjálpa okkur að sigra Furíurnar!"

"Í fyrsta lagi," byrjaði Alfred, "ert þú mun dónalegri en þú ættir að vera. Jafnvel ómenntuð svana eins og ég hefur kurteisi."

"Anata wa gakidesu!" sagði amma Harutos, sem þýðir "Þú ert óþekktunga!"

Hlátur heyrðist frá ósýnilega Haruto.

Lia sté fram og baðst afsökunar, "Ég skal útskýra þetta fyrir henni. Hún er fín stelpa. Gefið henni bara smá tíma til að jafna sig," sagði hún. "Ég vissi ekki fyrr en rétt í þessu, þegar ég sá það með eigin augum, hvað Haruto gæti gert." Hún sagði við litla drenginn, "Komdu aftur, Haruto, vinsamlegast. Hún ætlaði ekki að særa þig."

"Fyrirgefðu," sagði Brandy og lækkaði augun til jarðar.

Haruto sneri aftur, hverfandi inn og út. Hann stóð með handlegginn um mitti ömmu sinnar. Alfred og Charles færðust nær þeim.

"Við erum nýkomin úr flugvél og þreytt – svo við ætlum að fara og ferska okkur upp. Þegar við komum til baka, geri ég ráð fyrir að þú setjir taum á hana, eða límband yfir munninn á henni. Eða kenni henni kurteisi," sagði hann, og gekk svo léttilega niður ganginn með hinum tveimur á eftir sér.

"Vá!" sagði Brandy. "Alveg vá! Ég baðst afsökunar. "

"Nei, hann hafði rétt fyrir sér," sagði Lia.

Samantha sagði: "Þú ert hjá okkur núna, og við þolum ekki að þú sért dónaleg við neinn."

Sam lagði hendur yfir bringu, rétt þegar tvíburarnir byrjuðu aftur að gjali.

"Þær hlýta að vera svangar. Ekki hafa áhyggjur, ég ræð við þetta," sagði Samantha, en áður en hún fór, gaut hún Brandy augum.

"Brandy, þú ert á ókunnum stað, þar sem þú þekkir engan annan en Liju og Little Dorrit enn," sagði Sam. "Ef þú vilt vera hluti af þessu liði, til að sigra The Furies – þá verðið þið að vinna saman. Að móðga liðsfélaga þína er ekki árangursrík byrjun. Ég myndi mæla með að þú biðjir aftur afsökunar af heilum hug þegar þau koma til baka, og biðjir um að fá að byrja upp á nýtt."

Augun hennar fylltust tárum. "Ég var bara hissa að sjá hina liðsfélagana sem ég mun vinna með. En þú hefur rétt fyrir þér, ég mun biðjast aftur afsökunar og biðja um annað tækifæri. Ég vona að þeir fyrirgefi mér. Mamma segir alltaf að ég sé of hreinskilin fyrir mitt eigið góð."

Lia brosti. "Þér mun þykja vænt um Alfred þegar þú kynnist honum. Þetta er líka í fyrsta sinn sem ég hitti Charles persónulega. Charles er í skrýtnu ástandi. Þegar hann var tíu ára, var það árið 1822. Hugsaðu þér það. Og þetta er líka í fyrsta sinn sem ég hitti Haruto og ömmu hans."

"Það er brjálæði! James Monroe var forseti þá – og hann var fimmti forsetinn okkar!" hrópaði Brandy. Hún hnippti vægt í Lia,

"Mamma og pabbi myndu verða alveg heilluð ef ég myndi muna þessa upplýsingar! Og krakkinn, ég meina Haruto, hann virðist alltof ungur til að leggja líf sitt í hættu."

Lia hló og Sam tók undir, en þegar hann heyrði að konan hans kallaði á hann til aðstoðar með tvíburana, flýtti hann sér út úr herberginu.Charles svaraði: "Georg IV sat á hásæti þegar ég var hér síðast. Að minnsta kosti þarf ég ekki að hafa áhyggjur af því að fara aftur í vinnuhúsið á næsta ári," sagði hann með brosi sem dofnaði fljótt.

Lia lét frá sér óviljuga öskur, á meðan Brandy brast í grát og sagði: "Mér þykir svo leitt um það, Charles."

"Ah, svo þið hafið heyrt um vinnuhúsin þá," sagði hann. "En ég er hér, ég lifði af og notaði greinilega reynsluna til að skrifa um persónur eins og Oliver Twist og Little Dorrit, til að nefna aðeins tvö. Já, ég hef verið að lesa um sjálfan mig á netinu og verð að segja þér að ég heillaði sjálfan mig."

"Þú hefur ekki hitt Little Dorrit einhyrninginn enn," sagði Lia. "Hún fór að fá sér að borða og drykk, en hún kemur aftur fljótlega."

"Hver?" spurði Charles.

Rétt á því augnabliki birtist Litla Dorrit aftur, flaug hringinn um koll þeirra og lenti fljótt.

"Litla Dorrit, þetta er Charles Dickens. Charles, þetta er Litla Dorrit," sagði Lia.

Charles varð alveg ráðvilltur þegar hinn vinalegi einhyrningur nuddaði sig að honum. "Ég hefði aldrei í milljón árum ímyndað mér að ég myndi hitta einhyrning."

"Gaman að kynnast þér, Charles," sagði Little Dorrit.

Charles hnést upp af undrun, "Og snjall og talandi að auki!" Hann hafði milljón spurningar til að spyrja hana, en þær þyrftu að bíða því uppi í loftinu voru E-Z, Lachie og Baby að lenda. "Er ég vakandi eða að dreyma?" spurði Charles. "Stingdu í mig, svo ég verði viss."

Þegar Baby hafði lent og Lachie stigið af, var öllum kynnt hvor öðrum, á meðan E-Z flýtti sér inn til að nota salernið. Þegar hann kom aftur með Sam og Samantha og tvíburana í fylgd, bættust Haruto og Alfred í hópinn.

"Allir eru mættir," sagði Alfred.

"Má ég tala við þig og Haruto?" spurði Brandy. Þegar þeir kinkaðu kolli sagði hún: "Mér þykir mjög, mjög leitt. Vinsamlegast fyrirgefið mér dónaskapinn og gefið mér annað tækifæri." Hún horfði niður á fæturna.

"Skulum byrja upp á nýtt," sagði Alfred.

"Saikai suru," sagði Haruto og þýddi svo: "Það sem hann sagði."

"Anata wa yurusa rete imasu," sagði amma Haruto, sem þýðir: "Þér er fyrirgefið."

Það var mjög skrítin sjón að sjá Baby og Little Dorrit standa hlið við hlið. Little Dorrit var ekki lítil; hún var einhyrningur sem var yfir 8 fet á hæð, en Baby var engan veginn barn að vexti, enda var hann yfir 18 fet á hæð.

"Uh, ég held að þið tvö – um Baby og Little Dorrit – munið þurfa að finna ykkur annað stað til að sofa þar sem garðurinn verður ekki nógu stór fyrir ykkur tvö," sagði E-Z.

Little Dorrit sagði: "Ég þekki stað þar sem við getum fengið okkur eitthvað ljúffengt að borða og smá vatn líka."

"Hljómar vel," sagði Baby.

Afi Harutos klappaði Baby á höfðið og spurði, "Josha wa dodesu ka?" sem þýðir: "Hvernig væri að fá sér reiðtúr?"

Baby sagði, "Tashika ni, tobinotte!" sem þýðir: "Endilega, hoppið á!"

Haruto hljóp að honum og sagði, "Matte watashi o wasurenaide!" sem þýðir: "Bíddu, ekki gleyma mér! "

Baby lét sig niður svo Haruto og amma hans gætu klifrað upp á bakið hans. Og svo flugu þau af stað, með Little Dorrit fast á eftir þeim.

Sam sagði: "Ég held að allir ættu að koma sér fyrir og þið getið spjallað og skipulagt eftir hentisemi á morgun."

"Góð hugmynd," sagði E-Z, á meðan Baby skutlaði Haruto og ömmu hans. Hár Sobo stóð út um allt eins og hún hefði stungið fingrinum í rafmagnsinnstungu.Þar sem amma Harutos var orðlaus leiddi Samantha hana inn á herbergið hennar. "Haruto sefur í herberginu mínu," sagði hún.

"Jú, ég kem strax aftur." Hún gekk niður ganginn að herbergi E-Z.

"Hvernig gekk það?" spurði E-Z Haruto.

"Subarashi!" hrópaði hann, sem þýðir "Frábært!"

"Við fengum sendan kojubekk og nokkrar kojur í dag," sagði Sam, "svo Haruto, Charles og Lachie, þið verðið hjá E-Z og Alfred í herberginu þeirra. Alfred sefur við enda rúmsins hjá E-Z."

"Takk," sagði E-Z þegar þeir gengu inn í herbergið hans. "Ó, að því sögðu," sagði hann þegar þeir voru einir, "var einhver ykkar með vandræði á leiðinni til baka?"

Alfred sagði að svo hefði ekki verið.

"Hvað með þig, Lia?" spurði hann í huga sínum.

"Nei."

"Svo, hvað gerðist?" spurði Alfred.

"Jæja, við áttum logandi eldkúlu á hælum okkur."

Lia tók stuttri andköf.

"En þökk sé snöggu hugarfari Baby var það eyðilagt."

"Hvernig tókst honum að eyðileggja það?" spurði Alfred.

"Baby kyngdi því og lét það svo detta út í hafið."

"Það er ógnvekjandi," sagði Haruto.

"Ég er samt dálítið áhyggjufullur út af Baby," sagði E-Z, "því á leiðinni til baka tók ég eftir að hann hóstaði og hnerraði nokkrum sinnum."

Lachie sagði: "Einn glóðfluginn flaug jafnvel út úr munni hans og nösum. Hann segir að sér líði vel, en ég er að fylgjast náið með honum."

"Við getum ekki beint farið með hann til dýralæknis, er það ekki?" sagði Alfred.

Haruto hló og hló.

"Hvað er svona fyndið?" spurði E-Z.

"Hyoryu Doragon," sagði hann. "Hyoryu Doragon!" – sem þýðir dýralæknir dreka – og hann hló háðslega aftur.

Alfred og E-Z hnipptu öxlum, eins og Charles, sem breytti um umræðuefni og spurði hvort hinir héldu að þeir ættu að finna nýtt nafn fyrir liðið sitt þar sem þeir eru nú sjö í stað þriggja.

"Kannski," sagði E-Z.

"Hver eru helstu einkenni okkar?" spurði Charles.

"Loforð," benti Haruto á, nú þegar hann hafði róast og hætt að hlæja.

"Ástríða," sagði Charles.

"Trú," sagði E-Z.

"Von," sagði Alfred.

Samantha hlustaði fyrir utan dyrnar í nokkrar mínútur. Allt hljómaði nógu vinalegt, svo hún sneri aftur til að tala við ömmu Harutos.

"Haruto er að venjast hinum strákunum og þeir eru að spjalla. Þú getur flutt hann hingað inn á morgun ef þú vilt. Hann á sinn eigin kojubekk þarna inni. Þeir voru að plana nýtt nafn fyrir ofurhetjuliðið sitt – svo ég vildi ekki trufla hugmyndafundinn þeirra."

Ammu Harutos hnippti til samþykkis, "Takk fyrir."

Lia og Brandy tóku nú þátt í samtalinu milli herbergjanna.

"Kraftur x 7," stelpurnar lögðu til.

"Æh, hún getur stundum lesið hugsanir okkar," staðfesti E-Z.

Charles kallaði: "Hvað með PAFHS7?"

"Mér líkar það," sagði E-Z, "en erum við ekki að gleyma tveimur lykilmeðlimum liðsins okkar? Ég meina Little Dorrit og Baby. Þau eru ómissandi meðlimir og hafa bjargað okkur tvisvar sinnum nú þegar."

Alfred endurtók orðin, eins og Haruto.

"Hvað með PAFHS9!" kölluðu Lia og Brandy.

PAFHS9 gátu ekki stillt sig, þau hlógu – þangað til þau heyrðu einhvern ganga um ofan við sig á þakinu.

"Hvað í ósköpunum var það?" spurði E-Z.

"Jæja! Þetta erum við!" sagði Raphael. "Eriel og ég."

KAFLI 10
Óreiða á þakinu

S am velti fyrir sér hvort jól væru komin snemma, þegar hann stökk út í baðsloppnum til að kanna óeðlilegt amstur á þakinu. Hann sá ekki hver var þarna uppi, fyrr en hann stóð í miðju forgarðinum.

"Hægt!" hvíslaði hann. "Við erum rétt búin að fá börnin til að sofna."

Aðalenglarnir svöruðu ekki. Í staðinn lögðu þeir höfuðin niður eins og tvö áreitt börn.

"Viltu koma inn?" spurði hann.

"Þakka þér kærlega fyrir," svaraði Ráfael.

PÙFF

POW

Hún og Eriel hurfu.

Sam hreyfði sig ekki strax af túninu. Fætur hans voru blautir af dögginni á grasinu og þegar hann stakk hnefunum í vasana á náttkjólnum sínum, tók hann eftir Little Dorrit og Baby sem voru að hringja kringum húsið.

"Er allt í lagi niðri?" spurði Little Dorrit.

"Já," sagði Sam, "en farið ekki of langt, til öryggis. Ég mun flauta ef við þurfum á hjálp að halda." Hann veifði og gekk svo aftur inn í húsið sem var nú fullt af röddum og skrapandi stólum. Hann hélt öndunarfærunum niðri og vonaðist til að tvíburarnir væru sofandi fast. Núna í eldhúsinu tók hann eftir að allir voru vakandi og á fætur, nema amma Harutos.

Raphael, sem sat við endann á borðinu, minnti nú á konuna sem var klædd í hjúkrunarfræðingabúning á hótelinu þegar lífi Alfreds var bjargað. Langi, fljótandi, útskriftarlegi kjóllinn hennar jók stöðu hennar meðal hinna, eins og hún væri setinn prófessor eða dómari.

Eriel, aftur á móti, hafði breytt útliti sínu svo hann líktist látnum söngvara sem einkennismerki hans var að klæða sig frá toppi til táar í svart, þar með talið gleraugu með dökkum ramma.

"Vantar okkur fleiri stóla?" spurði Samantha.

"Ég held að við séum í góðu lagi," sagði Sam. "Ég vona að þetta taki ekki of langan tíma. Ó, og E-Z, þú tekur hinn endann á borðinu þar sem þú ert kosinn leiðtogi okkar."

"Æ, takk," sagði E-Z og settist í sætið. "Svo, hvað í ósköpunum eruð þið tvö að gera hérna mitt í nóttinni?"

Brandy hló. "Og hver sagði að ég væri dóninn?"

Lia sagði: "Sssst."

Raphael leit á hvert og eitt barnið. Þetta var í fyrsta sinn sem hún sá Haruto, Charles, Brandy og Lachie. Þau voru öll svo ótrúlega ung, svo hugrökk. Augun fylltust tárum þegar hún leit á E-Z. Hún beygði höfðið.E-Z beið, en áttaði sig svo á því að Raphael væri að biðja hann um leyfi til að tala. Hann kinkaði kolli.

Áður en hún talaði rétti Raphael nýju gleraugun sín. Þegar hún gerði það, rétti E-Z gömlu gleraugun sín, sem hann hafði, eins og upprunalegi eigandinn bað um, aldrei tekið af sér.

Charles, sem varð sífellt óþolinmóðari, sem var mjög óvenjulegt fyrir hann, spurði: "Frú, af hverju er ég hér sem tíu ára drengur þegar ég væri mun gagnlegri fyrir þetta lið sem fullorðinn maður?"

"ÞEGIÐ!" hrópaði Eriel og sló hnefum sínum í borðið. "Við höfum orðið. Talaðu, systir, því þessi börn verða æ óþolinmóðari. Augun þeirra flögrar og skjóta um allt herbergið, eins og þau búist við að þú munir kasta þeim í heitar vats af vaxi!"

"Ókurteisi!" hrópaði Brandy. "Ég er ekki hrædd við þig!"

"Ssss," hvíslaði Lia.

Charles brosti til Brandy.

"Þið ættuð að vera hræddar," sagði Eriel með grimassu. "Mjög hræddar."

"Röð! Röð!" hrópaði Ráfael og hún beið þar til allir sátu og ró var komin á. "Við erum hér í kvöld til hagsbóta ykkar," sagði Ráfael hærra en hún hafði ætlað.

"Hér! Hér!" kvað Eriel upp í.

"Hvernig svo?" spurði E-Z.

"Hún mun segja ykkur það ef þið þagnið!" sagði Eriel.

Ráfael beið aftur áður en hún talaði aftur.

"Það er enginn tími fyrir flókin áform eða tafar. Fúrin valda usla, og valda sífellt meiri skaða með hverjum degi með því að ræna Sálaveiðimönnum. Kasta gömlum sálum út í tómarúmið. Þarna ríkir algert ringulreið! Og þær eru að skapa fleiri með hverri sekúndu, hverri mínútu, hverjum klukkutíma hvern einasta dag. Í stuttu máli, þær verða að stöðva. Strax."

"En...," sagði Alfred, "þú nefndir ekki einu sinni börnin."

Eriel reis upp úr stólnum sínum. Hann starði á Alfred og neyddi hann til að horfa undan. "Hún hefur ekki lokið ennþá."

Raphael hélt áfram án þess að hiksta núna.

"Við, Eriel og ég, erum hér til að gefa ykkur ráð – án þess að vera beint tengdir. Markmið okkar er að hjálpa ykkur, að hjálpa sjálfum ykkur að bjarga börnunum."

E-Z líkaði alls ekki við þetta. Hann sló hnefa sínum niður á borðið.

"Við höfum þegar samþykkt að berjast við Fúrin. Fyrst verðum við að gera okkur tilbúin, til að móta áætlun. Þegar við erum tilbúin munum við eyða þeim. Ef þið hafið komið hingað til að flýta fyrir okkur, til að ýta okkur út í bardaga áður en tíminn er réttur, þá vil ég, þar sem ég er kjörinn leiðtogi, draga mig í hlé. Við erum bara krakkar og þú ert að biðja okkur um að setja líf okkar í hættu. Ég er ekki, við erum ekki, reiðubúin að halda áfram fyrr en við erum fullkomlega undirbúin."

Lia stóð fyrst upp og hóf að klappa og restin af liðinu hennar tók þátt.

"Hvað hann sagði," hvæskti Alfred, þar sem svanir geta ekki klappað.

"Bíddu!" sagði Raphael. "Við erum ekki hér til að þrýsta á ykkur, við erum hér til að hjálpa ykkur."

Litur Eriels breyttist úr hvítum í rauðan, í skörpum andstæðum við svörtu fötin hans. E-Z og hinir horfðu á, á meðan andlit æðstangelda hélt áfram að roðna, hræddir um að höfuðið hans myndi springa."

Kaltu þig og sestu!" skipaði Ráfael. Eriel tók nokkur djúp andköf og sökk svo aftur niður í sætið sitt.

Ráfael hélt ró sinni, með höfuðið hátt. Hún ýtti stólnum aftur og reis upp. Og hélt áfram að rísa þar til hún var hærri en hinir. Hún settist að sér, eins og hún væri á töfrateppi, og hallaði höfði til hægri eins og hún væri að pósa fyrir sjálmynd.

"Við erum skuldbundin þér og verkefninu, en völd okkar hafa takmörk. Ef þú þekkir máltækið 'við erum hér fyrir þig andlega' – þá erum við einmitt það. Við höfum rift öllum reglum í dag með því að koma hingað heim til þín. Við gerðum þetta þvert á ráðleggingar yfirmanna okkar og gegn allri skynsemi.

"Með því að koma hingað höfum við sett okkur í óþekkt og óútskýrð hættu, en þú ert þess virði. Þess vegna ákváðum við að koma og bjóða fram aðstoð okkar persónulega."

"Einnig skiljum við að þú hefur verið að móta áætlun og við erum hér sem hugmyndafólk þitt. Þú getur prófað hana á okkur, séð hvort hún gangi upp. Ef við finnum einhverjar gallar, bendum við á þær og hjálpum þér."

E-Z kastaði fljótlegu auga til liðsfélaga sinna, sem settust aftur niður. "Við erum að íhuga að draga gyðjurnar inn í leik og sigra þær þar."

"Ó, ég sé það," sagði Raphael. "Þið teljið að þið getið sigrast á þeim í þeirra eigin leik, svo að segja. Klókt. Mjög klókt, en ekki nógu klókt, ógnvænlega klókt."

"Hvað áttu við?"

"Þær hafa fundið út hvernig á að stjórna og hafa allan leikmannaheiminn undir stjórn. Þær þekkja hvert bragð í bókinni – því iðnaðurinn hefur gert það auðvelt þegar maður er kominn inn í leikinn. Til að spila, verður þú að drepa. Til að komast áfram, verður þú að drepa. Til að vinna, verður þú að drepa.

"Inni í leikheiminum E-Z, þarftu líka að drepa. Um leið og þú gerir það, ertu löglegur skotspónn fyrir Fúrinum. Þær gætu handtekið ykkur einn af öðrum. Þið getið ekki staðið sem lið þar. Lið innan leiksins eru einungis blekking. Enginn leikmaður yrði undanþeginn hefndaráætlun þeirra.

"Munið, guðdísirnar hafa umboð – sem er að refsa þeim sem ekki hafa verið refsað. Og þær fylgja því til hins ítrasta, engar efar, engar undanþágur. Hins vegar eru þær að nýta sér grátt svæði til hagsbóta. Ekkert getur stöðvað þær – svo fremi sem þær halda sig við fyrirmælin." Hún þagði og leit til Eriels, "Viltu bæta einhverju við?"

"Ef ég væri þið," sagði hann, "yrði ég að ráðast á þær beint út í opnu rými. Þar og þá sem minnst er búist við því. Það myndi setja þig í valdastöðu og gera þær berskjaldaðar."

"Það er ef þær sjá okkur ekki, eða skynja að við séum að koma til að ná í þær," sagði Brandy. "Ég skil ennþá ekki hvernig þær eru að drepa börnin. Við verðum að sjá þetta, til að skilja það og vita hvað við erum að takast á við. Ég sagðist ætla að hjálpa, en ég bjóst hiklaust við nákvæmari upplýsingum."

"E-Z," spurði Raphael, "ert þú tilbúinn að skila mér gleraugunum mínum? Fyrir stutta stund? Með þeim get ég sýnt þér tækni Fúria. Hvernig þau fanga börnin innan leikins í rauntíma. Brandy hefur rétt fyrir sér, sjá er trúa, en ég get ekki gert það án upprunalegu gleraugunna minna. Aðeins þú getur tekið þá ákvörðun. Ef þú vilt virkilega sjá. Ef þú vilt virkilega vita."

"Frábært," sagði Brandy. "Komum okkur að verki, E-Z."

Eriel leit til lofts. "Ophaniel hefur kallað á mig. Ég verð að fara núna." Hann beygði sig.

SKRÆL

Hann hvarf út í nóttina.

E-Z tók rauðu gleraugun af sér og brátti þeim saman áður en hann rétti þau til Raphael, sem flótti enn yfir borðinu. Gleraugun flugu beint í hendur hennar þegar hún rétti í þau.

Raphael tók nýju gleraugun af sér og pússaði hin gömlu áður en hún setti þau á sig. Hún brosti þegar hún og allir hinir í herberginu horfðu á blóðið hreyfast í kringum rammanálarnar í slöngulaga mynstri, eins og það væri að kynnast henni aftur.Þegar blóðið í gleraugunum hafði snúist aftur í sinn Raphael-straum, setti hún þau á sig og benti í átt að veggnum á meðan öflug, björt blikkljós geisluðu frá gleraugunum hennar, eins og maður myndi sjá í bíóhúsi.

"Áður en við byrjum," sagði Raphael, "þetta er ekki fyrir hjartveika. Það sem þið eruð að fara að sjá er merkt sem fullorðinsfylgd. Ég held ekki að Haruto eigi að sjá þetta."

Samantha sagði: "Komdu, Haruto. Við getum horft aðeins á sjónvarpið í hinu herberginu."

Þau tvö fóru. Og sýningin hófst.Á skjánum var lítill drengur. Um það bil sjö, kannski átta ára gamall. Þó að klukkan væri miðnætti sat hann fyrir framan tölvuna. Hann hafði heyrnartól á höfðinu. Framan við munninn var lítil hljóðnema sem var fest við heyrnartólin.

"Náði þér!" sagði hann. "Ég þarf bara eina morðtilraun í viðbót, þá kemst ég á næsta stig."

HHIIIIIIIISSSSSSSSSSSS.

Og þau heyrðu það líka.

"Þú ert morðingi!"

"Aðeins slæmir strákar drepa – og þú ert slæmur strákur. Veit mamma þín hvaða slæmur morðingi-strákur þú ert?"

"Ég er að spila leik," sagði hann. "Þetta er bara leikur og ef ég drepi ekki, get ég ekki haldið áfram."

"Fátæka krílið," sagði E-Z.Þögn.

Drengurinn hélt áfram leik sínum. Fljótlega kom að því að hann þyrfti að drepa aftur. Að þessu sinni hikstaði hann.

"Komdu nú. Þú hefur drepið einu sinni, þú veist að það var skemmtilegt, svo farðu bara og dreptu aftur. Þú veist að þú vilt það."

"Nei!" sagði hann.

"Það skiptir engu máli. Eitt dráp er allt sem við þurfum!"

Þá varð hvíslið aftur mjög hávært, háværara, háværara, háværara."Hættu!" hrópaði hann.

"Hættu þessu, Raphael!" hrópaði Lia.

"Ég get það ekki," svaraði erkiengillinn. "Þið sögðuð að þið vildjuð sjá hvernig þau gera það. Ef einhver ykkar er of hræddur, þá farið út úr herberginu eða hyljið augun. Brandy hafði rétt fyrir sér, þið verðið að sjá þetta sjálf. Hingað til hef ég ekki séð það heldur."

HHIIIIIIIISSSSSSSSSSSS.

Haltu áfram. Þú hefur drepið einu sinni, þú veist að það var skemmtilegt, svo haltu bara áfram og dreptu aftur. Þú veist að þú vilt það."

Haltu áfram. Þú hefur drepið einu sinni, þú veist að það var skemmtilegt, svo haltu bara áfram og dreptu aftur. Þú veist að þú vilt það.

"Horfðu á. Þú hefur drepið einu sinni, þú veist að það var skemmtilegt, svo farðu bara og dreptu aftur. Þú veist að þú vilt það."

"La, la, la, la," söng drengurinn. Reyndi að loka augunum fyrir röddunum.

"Hann er búinn að brjálast," sagði vinur hans, sem líka var að spila leikinn. "Ég er að fara. Sjáumst í skólanum á morgun, Tommy."

"La, la, la, la!" hélt Tommy áfram að syngja.Púlsinn hans jókst. Hjartslátturinn hraðaðist. Hann sló og bankaði, eins og hann vildi brjótast út úr brjósti hans. Hann gat ekki andað. Hann reyndi að standa upp, en fætur hans urðu eins og gelta.

Hann heyrði rödd í höfðinu á sér. Hún hljómaði eins og rödd móður hans, en það var ekki hún.

"Okkur er svo skammar þín, Tommy. Við eigum ekki skilið að hafa morðingja fyrir son okkar!"

Annar rödd, sem hljómaði eins og rödd föður hans.

"Sonur okkar er ekki morðingi, hver ert þú? Þú ert ekki sonur okkar."

Tommy grét.

"Ég er morðingi," sagði hann og sökk niður úr stólnum og krumpaðist saman í klessu á gólfinu. Nú heyrðust tvær aðrar raddir af skjánum. Bróðir hans Alex, systir hans Katie, syngjandi lag með foreldrum sínum, lag sem var sungið við vinsælt barnalag um móttré. Útgáfa þeirra hljóðaði svona:

"Tommy er morð-ingi; morð-ingi, morð-ingi, morð-ingi, Tommy er morð-ingi, Og við elskum hann ekki lengur."

Fátæki Tommý var nú alveg einn.

"Gefstu ekki upp," hrópaði Lia, þótt hún vissi að hann gæti ekki heyrt hana. Á gólfinu, krullaður í kúlu, ímyndaði hann sér að móðir hans, faðir hans, systir hans og bróðir væru að dansa í kringum hann. Þau gengu í hring um hann eins og vörnunn sem hringlir um bráð sína.

"Tommy er morðingi; morðingi, morðingi, morðingi, Tommy er morðingi, og við elskum hann ekki lengur."

Litla hjarta Tommýs var brotið. Það þrýsti sér út úr líkama hans og flaug burt.

Fúrinir náðu því og þröngvuðu því inn í Sálaveiðara. Þær slógu hurðinni harkalega saman.

Raphael tók gleraugun af sér. Strax hvarf myndvarpinn á veggnum. Þegar hún rétti gleraugun aftur til E-Z rann tár niður kinn hennar.

Þögnin við borðið var óbærileg.

"Þær láta nornirnar sem Shakespeare skrifaði um í Macbeth líta blíðar út," sagði Alfred.

"Ég sé ekki hvernig kraftur minn til að dylja mig eða tala við dýr muni hjálpa, ekki gegn þeim," sagði Lachie.

"Ég myndi drepa einn, deyja, koma aftur, drepa annan, deyja, koma aftur og drepa þriðja," sagði Brandy. "Látið mig fá þá í hendurnar!"

"Bíddu nú við," sagði E-Z. "Nú þegar við höfum séð þetta þurfum við að ræða það. Áður en við stekkum út í þetta. Kannski ættum við að kjósa aftur? Allir verða að vera sammála um þátttöku okkar."

Sam tók til máls. "Þið þurfið ekki að skammast ykkar fyrir að segja nei. Enginn skipaði ykkur sem frelsara heimsins."

"Hann hefur rétt fyrir sér," sagði Rapháel. "Enginn skipaði ykkur – en enginn annar getur gert það."

"Af hverju getið þið æðstu englarnir ekki gert það?" spurði Brandy.

"Við reyndum allt sem við vissum og misstumst á. Þess vegna komum við til ykkar," sagði Rapháel. "Og eitt vil ég gera ljóst fyrir ykkur öllum... Ef það kemur nokkurn tíma að þið óttist að endinn sé handan við hornið, þá er það þá sem við munum koma til að hjálpa ykkur."

"Hvernig ætlið þið að hjálpa okkur þá, þegar þið hafið rétt nýverið sagt okkur að þið séuð gagnslausir?" spurði Karl.

"Það er einmitt það sem ég vildi spyrja um," sagði Brandy.

"Þegar endinn er yfirvofandi... munum við, æðstu englunum, verða veitt önnur völd. Þangað til þau eru þörf, sofa þau djúpt í innra byli jarðar.

"Á meðan, E-Z, þá þekkir þú galdraorðin til að kalla Eriel til þín. Sömu orð munu kalla mig, og hina ef þið þurfið á okkur að halda."

Við munum koma. Við munum berjast með ykkur. En vinsamlegast, sóaðu ekki kölluninni. Til þess að hinir fornu máttir vakni, verður að vera óyggjandi sönnun þess að endir mannkyns sé yfirvofandi."

"En hvað ef við köllum á ykkur, og þeir máttir sem þið segist hafa koma ekki. Hvað þá?" spurði E-Z.

"Þá munum við deyja með ykkur."

E-Z sló hnefana niður á borðið.

"Að sjá þau í aðgerð, lætur blóðið sjóða í æðum. Við verðum að sigra þau."

"Hér! Hér!" hrópaði Charles.

"En fyrst," sagði Sam, "þarftu að segja þessum börnum frá áður en þú sendir þau í orrustuna. Segðu þeim nákvæmlega hvernig þú og hinir erkienglarnir reynduð að sigra Fúrin."

"Við lögðum gildru fyrir þá þegar við komumst að því að þeir myndu koma aftur. Hún svikaði okkur, afhjúpaði okkur, og þá fluttu þeir til Dauðadalsins. Dauðadalurinn er nú utan marka fyrir æðstu englana."

"Otan marka? Hver gerði það svo?"

"Þetta er spurning sem ég get ekki svarað. Allt sem ég veit er að hópur gífurlega voldugra æðstu engla gat ekki brotist í gegnum varnarmúrana sem þeir hafa reist."

"Þetta er allt?" spurði Brandy. "Þetta er allt sem þið reynduð, og þið viljið að við tökum við núna. Virkilega."

Raphael setti hendur á mjöðm, "Við erum erkienglar og völd okkar á jörðinni eru takmörkuð." Hún hló, "Völd okkar annars staðar eru líka takmörkuð."

"Allt í lagi, allt í lagi," sagði E-Z. "Við skiljum þetta. Við höfum engan annan kost, ekki alveg, en látið okkur sjá um þetta."

"Gott og vel," sagði Ráfael. "En áður en ég fer, Charles, vildi ég svara spurningu þinni. Hinir æðstu englar kölluðu þig hvorki til né slepptu þér. Við teljum að dvöl þín hér sé tilviljun.

"Við teljum að Fúrin viti heldur ekki af þér. Kannski ert þú leynivopn. Þú gætir haft gífurleg völd innan þín. Þú sagðir að þú hefðir óskað þess að þú hefðir verið endurvakinn sem fullvaxinn maður. Aldur þinn í dag er mikils þýðingar. Við trúum því að börn hafi framtíð mannkyns í höndum sínum. Einungis börn geta sigrað hreina illsku."

"En af hverju einungis börn?" spurði Charles.

"Vegna þess að þau fæðast hrein að hjarta," sagði Rapháel.

Charles sat aðeins hærra í sætinu.

Rapháel hélt áfram: "Charles Dickens, óttist ekki að prófa hluti og uppgötva hið sanna sjálf þitt. Inni í þér gæti verið hurð sem aðeins þú getur opnað. Lykill.

"Sú staðreynd að blóðlína sé á milli þín, E-Z og Sam, er mikilvæg. Óttist ekki að leggja allt í sölurnar til að finna þennan lykil. Þú ert hér til að hjálpa til við að bjarga mannkyninu. Þar er enginn vafi á. Nýtðu tímann þinn hér skynsamlega. Gerðu mun."

Charles grét því hingað til hafði hann fundist hann vera gagnslaus. Hinir hugguðu hann og fullvissuðu hann.

"Gangi ykkur öllum vel," sagði Raphael.

POW.

Og hún var horfin.

"Þegar við komumst lifandi úr þessu," sagði Lia, "og það munum við gera, ætlum við að halda stærstu sigurveislu sögunnar."

"Charles," sagði E-Z. "Ef Raphael hefur rétt fyrir sér gætirðu verið mikilvægasti meðlimur liðsins. Vinsamlegast gefðu þér tíma til að kanna sál þína aðeins."

"Hvernig á maður að kanna sálina?" spurði hann."Íhugun er ein leið," sagði Brandy.

"Eða gönguferð í náttúrunni," sagði Lachie.

"Einstaklingsbundinn tími, bara að hugsa," bætti Alfred við.

"Við skulum sofa á þessu og halda þessari umræðu áfram á morgun," sagði E-Z.

"Ég held ekki að ég eigi eftir að sofa mikið eftir að hafa séð vesalings Tommy," sagði Lia. "Það var ennþá verra en ég hafði ímyndað mér."

"Já, vesalings litli Tommý," sagði Alfred.

"Svo, eru allir ennþá með?" spurði E-Z.

"Já" heyrðist frá öllum.

"En hvað með Haruto?"

"Ég held að hann verði ennþá með," sagði E-Z, "en ég mun útskýra allt fyrir Sobo, og hún getur rætt þetta við hann. Ég myndi alveg skilja það ef þeir myndu draga sig úr þessu."

"Ég held samt að þeir muni ekki," sagði Samantha. "Haruto er sofandi. Hann skammaðist sín því hann var of ungur til að sjá það sem þið voruð að sjá. Eins og hann væri ekki alvöru meðlimur í liðinu."

"Þú gerðir rétt í því að taka hann út úr herberginu," sagði Sam. "Það sem við urðum vitni að var hrikalegt."

"Ég er sammála," sagði E-Z.

Charles sagði: "Svo, allir fyrir einn og einn fyrir alla. Rétt eins og í Þremur ógurmennunum."

"Ég hef alltaf elskað þá bók!" sagði Alfred.

Jafnvel í verstu aðstæðum drógu bækur fólk alltaf saman. Hver meðlimur PAFHS9 vonaðist til að þetta væri eitt í heiminum sem myndi aldrei breytast.

KAFLI 11
DEJA VU

E-Z og Sam höfðu ekki mikinn einkasamtíma lengur, en hvorugur kvartaði yfir því. Samantha var áhyggjufull um að þau væru að missa sambandið og ákvað að laga það með því að koma þeim á óvart með Early Bird Breakfast á Ann's Café.

Þau komu inn í eldhúsið á sama tíma – þar sem þau höfðu bæði fengið skilaboð um að klæða sig og koma strax í eldhúsið.

"Hvað er að?" spurði Sam.

"Já, hvað er að?" spurði E-Z.

"Ekkert er að," sagði Samantha. "Þið hafið borð á Ann's, svo munið þið fara þangað núna – áður en allir vakna og vilja koma með ykkur."

Sam kysti konuna sína.

"Mér fannst kominn tími að þið fengjuð ykkur aftur morgunmat saman."

E-Z gaf Samantha stóran faðmlag.

"Við finnum okkur okkar eigin leið þangað?"

"Alveg örugglega, frændi Sam."

Sam tók tösku sína með fartölvunni sinni og svo lögðu þau af stað.Það var yndisleg vor morgunstund með gnægð fuglasöngs til að fylgja þeim á leiðinni að kaffihúsinu.

"Þessi kona þín er ansi sérstök."

"Já, hún er einstök."

Brátt komu þeir að kaffihúsinu. Það var nánast autt og engin Ann að finna, en E-Z þekkti systur sína, Emily. Hann hafði ekki séð hana síðan hann var lítill krakki.

"Þú hefur ekki breyst mikið," sagði Emily og lagði hendur sínar um hann.

"Það sama gildir um þig," sagði E-Z í kæfðri röddu, þar sem hún var að kæfa hann í stóra ullarsveitnum sínum. "Og þetta er frændi Sam."

"Ég sé sviplíkuna," sagði Emily og rétti honum höndina fast. "Ég er með fullkominn borð fyrir ykkur, fylgjið mér."

Þegar þau gengu framhjá venjulega borðinu þeirra hikstaði hann og leit til frænda síns. "Er þér sama þó við setjumst við þetta í staðinn, Emily?"

"Jú, auðvitað!" sagði Emily og raðaði upp áhöldunum og rétti þeim matseðlana. "Kaffi?" Sam kinkaði kolli, hún hellti fyrir hann heitri, gufandi mugu.

"Ertu að fá það sama og venjulega?" spurði hún E-Z. "Systir mín sagði mér hvað það gæti verið."

"Alveg rétt."

"Og það var súkkulaðidrykkur, ekki satt?"

Hún hafði alveg rétt fyrir sér.

"Og þú, Sam?" spurði hún. "Hvað færðu þér í dag?"

"Taktu tvo af því sem frændi minn fær," sagði hann, "en slepptu þykka drykknum. Kaffi er eina drykkurinn sem ég þarf í morgun."

"Jæja, þá er þetta komið!" sagði hún og fór inn í eldhúsið.

Sam opnaði fartölvuna sína og lokaði henni aftur.

"Það er gott að koma á stað þar sem allt er alltaf eins," sagði E-Z.

"Ég ætti að koma með Sam og tvíburana hingað einhvern daginn. Mig langar að styðja staðbundin fyrirtæki og þetta er gott fordæmi fyrir Jack og Jill."

"Alveg rétt. Ég tengi þetta stað aðeins við góðar minningar," sagði E-Z. "En einn daginn ætla ég að taka mig til og panta eitthvað annað. Ég verð að vera gott fordæmi fyrir frændum mínum, er það ekki?"

Sam hló og tók sopa af kaffi. Sekúndu síðar kom Emily og fyllti bolla hans aftur. "Hún er eins og hún hafi augu í hnakkanum."

E-Z hló. Hugur hans reikaði um ákveðið efni sem hann vildi ræða: Fúrin. Á sama tíma vildi hann ekki fara beint í þungar umræður.

"Svo. Konan mín ætlar að eiga fullt hús gesta sem þarf að fæða þegar allir vakna."

"Sobo mun hjálpa."

"Satt, en ég held ekki að við ættum að misnota það. Mig langar að við getum gert þetta aftur, ef þú skilur hvað ég á við?"

"Alveg rétt. Svo skulum við koma okkur að verki."

Sam opnaði fartölvuna sína aftur. Að þessu sinni kveikti hann á henni og sló inn í leitarvélina:

Hvernig á að sigra Fúrinum.

E-Z kinkaði kolli þegar shake-inn hans var settur niður fyrir framan hann. Hann reyndi strax að slurka aðeins af þykka shake-inum sínum, en hann var of þykkur til að nokkuð kæmist í gegnum súluna – sem var akkúrat eins og hann vildi hafa það. "Eitthvað gagnlegt?"

"Þarna stendur að Erinyes – eða The Furies – megi einungis sættast við með helgiathöfn."

"Hvað þýðir það?"

"Ég held að það þýði að þú þyrftir að framkvæma verk – að þeirra beiðni, sem sáluhjálp."

"Þýðir sáluhjálp ekki það sama og iðrun? Mér líkar ekki hljómurinn af því," sagði E-Z. "Við höfum ekki gert neitt sem við þurfum að bæta þeim upp."

"Það getur líka þýtt frelsun. Endurgreiðsla. Bætur. Endurheimt."

"Fjórar R-arnar, það er laglegt en aftur spyr ég hvað við eigum að endurgreiða þeim fyrir?"

"Hugsaðu út fyrir rammann," sagði Sam. "Hvað ef þú gætir gert eitthvað til að hvetja þau til að fara sér hægt og láta börnin og sálaveiðimennina í friði?"

E-Z hló. "Ef það væri leið, væri hún fullkomin. Einnig of auðveld."

Sam klóraði sér í höfðinu. "Hér stendur að Furíurnar refsuðu körlum og konum fyrir glæpi eftir dauða og á meðan á lífi þeirra stóð. Sem er það sem þær eru að gera núna – börn, ekki fullorðnir. Það vissi ég ekki."

"Það sem ég skil ekki er, af hverju. Af hverju eru þær komnar aftur núna? Hvað hefur breyst..."

"Frábærar spurningar sem ég get ekki svarað," sagði Sam. "En, ó, hér er eitthvað áhugavert. Þarna stendur að sem guðdísir örlaganna hindruðu þær menn í að læra um framtíðina."

"Hvernig nákvæmlega?"

"Það segir það ekki," sagði Sam, rétt þegar Emily kom aftur til að fylla á kaffibollann hans. "Bara smá," sagði hann. Hann var hræddur um að hann myndi fljóta heim ef hann drægi í sig meira kaffi.

"Morgunmaturinn þinn verður tilbúinn á skömmum tíma," sagði hún. "Vonandi ertu svangur!"

"Það erum við klárlega," sagði E-Z, á meðan hann reyndi aftur að drekka þykka milkshake-inn sinn og náði loks að fá smá upp um pípuna.

Emily brosti, og fór svo að taka á móti nýjum viðskiptavinum.

"Áður en allt þetta kom til sögunnar," sagði Sam, "hafði ég aldrei einu sinni heyrt um Fúrin. Hér stendur að í grískri og rómverskri goðfræði hafi þær verið andar réttlætis og hefndar. Annað nafn þeirra, Erinyes, þýðir reiðar." Hann fletti niður. "Ég sé nokkrar tilvísanir í tölvuleikjaheiminum. Engir þeir lýsingarorð sem notuð eru til að lýsa þeim ganga þvert á það sem við vitum nú þegar, þ.e. að Fúrin eru illkynja, hrollvekjandi verur sem sýna engan miskunn."

"Ég vildi að PJ og Arden væru aftur komin til okkar. Með galdraþekkingu þeirra í leikjum veðja ég að þau myndu vita hvað á að gera. Frá því að við misstum þau hef ég iðrast þess að hafa misst sambandið. Allt vegna þess að ég varð of upptekin af því að vera ofurhetja. Ég sakna þeirra svo mikið."

"Þeir myndu ekki vilja að þú værir að refsa þér. Og ég sakna þess líka að sjá þá um allt."

Emily setti matinn á borðið. "Njótið!" sagði hún.

E-Z og Sam borðuðu gráðuglega og töluðu ekki saman um stund. Eftir margar matargleðihljóð tóku þeir aftur talið."Ég var einmitt að hugsa um áætlunina – að sigra þá innan í leiknum. Það hljómaði sannarlega vel – eða við héldum það, þar til Raphael sagði okkur annað. Það er samt gott að hún sagði okkur það beint, annars...jæja, ég vil ekki einu sinni hugsa til þess hvað hefði gerst við nokkurn af krökkunum."

"En samt held ég áfram að hugsa að Furíurnar verði að hafa Achilles-hæll. Manstu þessa sögu?"

"Ég man það. Ef þau hafa veikleika, þá veit ég ekki hvað það er. Við vitum að þau eru dánarleg eins og við. Ef þau geta dáið, eins og við, þá er að minnsta kosti jafnrétti í leiknum."

"Skoðum veikleika þeirra aðeins nánar: reiði, gremja, hefnd."

"Þetta eru einmitt þær sömu hlutirnir sem þau refsa öðrum fyrir, svo hvernig getur það verið veikleiki þeirra?" E-Z spurði, á meðan hann stappaði gaffalfullu af pönnukökum í sig. "Gott."

Sam kinkaði kolli, "Það eru þær vissulega." Hann drakk annan sopa af kaffi. "Rétt, sem þýðir að við gætum notað þær sömu sakir sem þær refsa öðrum fyrir gegn þeim."

"En hvernig?"

"Það veit ég ekki – ENN."

"Við gætum þurft fleiri svona fundi saman til að vinna í þessu," sagði E-Z. Hann setti aðra fullu pönnukökuplötu á borðið fyrir framan sig.

"Ann hringdi rétt í þessu og bað mig að ganga úr skugga um að ég kæmi með aðra lotu af pönnukökum fyrir þig," sagði Emily.

"Takk. Og segðu Ann að ég vona að henni líði betur fljótlega."

"Verður gert. Meiri kaffi?"Sam kinkaði kolli, svo hún fyllti bolla hans aftur. Þegar Emily fór sagði hann: "Æh, ég verð til baka eftir augnablik," og fór inn á baðherbergið.

E-Z snéri skjánum að sér og sló inn:

HVERNIG DREP ÉG FÚRÍUNUM?

Nokkur svör poppuðu upp, en þau fjölluðu öll um hvernig ætti að sigra þrjár gyðjurnar sem persónur í leikheiminum.

Sam kom aftur. "Fannstu eitthvað?"

"Ekkert gagnlegt. Þó stendur að rætur Eirígna gætu náð allt aftur til forsögunnar."

"Jæja, ættir Baby ná líka ansi langt aftur."

"Þú hefðir átt að sjá hversu hratt hann gúffaði upp þá eldkúlu! Án þess að hika einu einasta augnabliki."

Þegar þeir höfðu lokið máltíðinni þökkuðu þeir Emily og héldu heim. Þeir voru svo saddir að þeir héldu að þeir myndu aldrei borða aftur.

"Það var nú gaman að eyða morgninum með þér," sagði E-Z. "Þetta var eins og áður fyrr."

"Það var það. Við skulum gera þetta aftur fljótlega. Í millitíðinni skulum við hugsa meira um það sem við lærðum í dag, því eins og gamla máltækið segir – þar sem er vilji, er vegur."

"Satt, satt, frændi Sam. Satt satt."

KAFLI 12
Hjá húsinu

Þegar þau komu aftur að húsinu var fyrsta sem Sam gerði að fella faðminn um eiginkonu sína. Hún var fegin að sjá hann, en hendur hennar voru fullar af að undirbúa morgunmatinn.

"Gaman að þú skemmtir þér," kveikti Samantha.

"Get ég hjálpað einhvern veginn?" spurði Sam og kannaði ástand tvíburanna.

"Allt er undir stjórn," sagði Samantha, á meðan tvíburarnir æptu bak við hana.

Aðallega vegna þess að Haruto hafði gert stutta pásu frá því að spila sína útgáfu af hon no piku, sem þýðir feluleikur. Í útgáfu Harutos gerði hann grímu, snéri sér svo mjög hratt við þar til hann hvarf, birtist aftur, og tvíburarnir glottuðu.

"Þetta er mjög skapandi!" sagði Sam, á meðan Lachie tók við af honum í hlutverki skemmtikraftsins.

Lachie fór beint í nokkrar dýrahermir og fékk frábærar umsagnir frá tvíburunum þegar hann hló eins og kúkúburra:

kú-kú-kú-kæ-kæ-KÆ!-KÆ!-KÆ!

Þá var röð Charles að skemmta með sögunni sinni sem hét Þrír klettar.

"Iwa?" sagði Haruto, sem þýðir klettar.

"Já," sagði Charles, á meðan E-Z og Sam hörfuðu að hurðaropinu til að hlusta á söguna líka, á meðan Alfred, Sobo, Brandy, Lia og Samantha héldu áfram með matreiðsluna.

"Það var einu sinni," byrjaði Charles, "hæð, hátt yfir Ermarsundi. Á henni voru margar, margar stórar grýlukögglar. Reyndar of margir til að telja.Á þessum tiltekna degi ók stór og þungur vörubíll upp hæðina, knirkandi og malandi í gírunum á leiðinni. Þegar hann komst á toppinn setti hann upp steinalyftu sem átti í erfiðleikum með þyngd hvers steins. Yfir nokkra klukkutíma tókst henni að safna sem flestum steinum sem hún gat, þar til afturhluti vörubílsins var fullur. En ekki of fullur. Að ofhlaða þýddi að steinar myndu rúlla af pallinum þegar hann hreyfðist, sem þurfti að koma í veg fyrir hvað sem það kostaði.

"Bíllinn ók niður brekkuna. Hann tæmdi steinana í annan, stærri vörubíl. Vörubíl sem var of stór til að komast upp brekkuna yfir höfuð, og hafði ekki lyftibúnað. Þegar minni bíllinn var aftur tómur ók hann aftur upp brekkuna. Fljótlega var hann aftur fullur af steinum.Þessi ferill var endurtekinn nokkrum sinnum, þar til stærri vörubíllinn var fullur alla leið upp að toppi. Allar eftirstandandi grýlu þurfti að flytja í minni vörubílnum. Nú þegar báðir vörubílarnir voru fullir var hinni þungu vinnu lokið. Svo var kominn hádegismatur. Og mennirnir borðuðu samlokurnar sínar og drukku termósana fulla af heitu, sætu tei.

"Aftur uppi á klettatoppnum stóðu aðeins þrjár einmana grýlu eftir. Þau voru dapur, höfðu misst vini sína og fundu fyrir höfnun, óæskileika, óþörf og voru nokkuð reið á sama tíma. Að finna fyrir of mörgum tilfinningum í einu getur verið ruglingslegt, en það getur hjálpað að deila tilfinningum með vinum, svo þrír klettarnir ræddu málið."

"Hvað eru þeir að gera við alla vini okkar?" spurði fyrsti kletturinn sem hét Rocky. Ég veit það ekki," sagði annar steinninn, sem hét Pebbles. "Kannski þurfa þeir líka á vinum að halda þar sem þeir eru að fara. Ég mun vissulega sakna þeirra."

"Nei," sagði þriðji steinninn, sem hét Craggy, var eldri og viturlegi. "Þeir eru ekki að taka þá með sér til að sýna þeim heiminn. Né til að vera vinir þeirra. Veistu ekki að þeir mölva þá til að gera vegi sína."

"Nei!" hrópaðu Rocky og Pebbles. "Þeir mega ekki mala vini okkar í mýkt!"

"Ég vildi að þeir hefðu tekið mig líka," sagði Craggy. "Ég er orðinn of gamall til að sitja hér uppi í allri þessari harðu veðri. Harðu vindarnir brjótast í gegnum ytri skel mína og mér væri ekki illa varið að verða að vegi. Að minnsta kosti myndi ég þá hafa tilgang."

"Tilgangur?" hrópaði Rocky. "Þú kallar það að vera mulinn og hafa ökutæki keyra yfir sig dag og nótt tilgang?"

"Það er betra en að sitja hér, bara við þrír að eilífu. Ég er þreyttur á vindi og rigningu og öllu hinu," sagði Craggy.

"Jæja, ef þú ert svona ákafur," sagði Pebbles, "þá þarftu bara að velta þér af brúninni. Þú myndir detta beint í afturhluta vörubílsins fyrir neðan og þá myndir þú fara með hinum vinum okkar."

"Ó, það er of langt," sagði Rocky og velti sér aðeins nær brúninni. "Viltu virkilega yfirgefa okkur, svona mikið? Geturðu ekki fundið þér tilgang með því að vera hér með okkur? Við þurfum þig. Þú ert eldri og vitur."

Craggy færði sig að brúninni og kíkti yfir. Það var satt, pallbíllinn var beint þarna. Nokkrar svitaperlur runnu niður. Þær voru annaðhvort svitaperlur eða tár.

"Það er ótrúlega langt niður," sagði Craggy. "Og það væri ekki rétt af mér að skilja ykkur tvö eftir ein.

Pebbles sagði: "Og hvað ef þú misstir af vörubílnum og brotnaðir í mola niðri! Við værum hér uppi með þessu stórkostlega útsýni og þú værir niðri allur einn."

"Auk þess," sagði Rocky, "gætu þeir komið aftur eftir okkur einhvern daginn. Á meðan getum við spjallað og notið útsýnisins og ferska loftsins."

Niður fyrir neðan þá fór vörubíllinn aftur af stað.

CHUGGA CHUGGA VROOM, VROOM.

"Nú eða aldrei," sagði Craggy, þegar vörubíllinn ók burt.

"Að minnsta kosti erum við saman," sagði Rocky.

Þrír klettarnir þrönguðust saman axlir við axlir. Þeir snéru bökum að vindi, önduðu að sér fersku lofti og horfðu út yfir dásamlegu útsýnið yfir sólsetrið á sjóndeildarhringnum.

"Siðdæmið af sögunni er," byrjaði Charles...

Þetta voru síðustu orðin sem E-Z heyrði áður en hann var aftur kominn í bölvaða sílóið.

KAFLI 13
SILO

"Velkominn aftur!" sagði röddin í veggnum með slíkum ákafa að axlir E-Z hörnuðu eins og einhver stæði á þeim. Óviljugur til að svara, snöggti hann axlirnar fyrst fram, svo aftur, í þeirri von um að losa um spennuna.

"Punktur. Punktur," sagði annað raddir í veggnum, en að þessu sinni var röddin hljóðari, næstum því hvíslandi.

Hann opnaði munninn til að svara en ekkert kom upp í hugann, svo hann þagði, fyrir utan knirk í fingrunum sem hann vonaðist til að myndi slaka á í taugaveiddum líkama hans.

Fyrsta röddin, með rólegri tóni, spurði: "Ég sé að þú ert spenntur og áhyggjufullur. Get ég fært þér eitthvað til að dreifa þér á meðan þú bíður? Drykk? Bók? Ferðalag í huganum?"

Hún var mjög næm fyrir veggjarödd og þetta hjálpaði honum að slaka aðeins á, en hann var ekki hrifinn af tilboðinu þar sem hann hafði enga hugmynd um hvað ferðalag í huganum myndi fela í sér.

"Ég sé að þú ert hikandi..."

Hann settist upp beinn og hár í stólnum sínum og trommaði fingrunum á arminum eins og hann væri að rokka við 'Smoke on the Water' eftir Deep Purple. Hann og faðir hans höfðu keppt á úreltu útgáfu af Guitar Hero og þeim hafði verið ótrúlega skemmtilegt. Að rifja það augnablik upp núna færði hann tilfinninguna fyrir að faðir hans væri í skotbyrgið með honum.

"Viltu virkilega ekki fara í hugferð?" spurði konan í veggnum aftur. "Þú munt skemmta þér konunglega!"

Æðislegt. Hann hafði einmitt notað það orð í huga sínum til að lýsa því að spila á Guitar Hero með föður sínum. Enginn vafi var á að konan í veggnum gat lesið hugsanir hans.

"Æh, hvað er þetta eiginlega?" spurði hann. "Ég er ekki að segja að ég vilji prófa, ekki fyrr en ég veit meira um hvað þetta felur í sér."

"Jú, þetta er staður sem ég get sent þig til. Sérstakur staður þar sem þú getur lifað draumi þínum."

Það hljómaði ótrúlega... og áður en hann gat svarað...

DUH DUH DUH,

DUH DUH DUH DUH

DUH DUH DUH

DUH DUH.

Hann var á sviðinu, að spila aðalgítarinn, með hljómsveit sem hann þekkti samstundis sem upprunalegu Deep Purple.

Aðalsöngvarinn, sem hafði yfirgefið hljómsveitina en spilaði upprunalegu sólógítarhlutverkið í Smoke on the Water, virtist ekki hafa neitt á móti því að E-Z væri nú að spila sinn hluta, og hann stóð sig ekki illa í því heldur. Söngvarinn gaf honum þumalfingurinn upp, gekk svo yfir sviðið að E-Z sem sat í hjólastólnum. Saman spiluðu þeir nokkra riff á meðan áhorfendur öskruðu, fagnaðu og klöppuðu.

Næsta sem hann vissi var að hann var kominn aftur í kúpuna, en sú spenna sem hann hafði áður fundið var nú alveg horfin.

"Takk! Emm, þetta var ótrúlega frábært! Ég get ekki sagt þér hversu mikið þetta þýddi fyrir mig. Ég mun aldrei gleyma þessu. Aldrei!" Hann hikstaði og hugsaði að það eina sem hefði gert það enn betra hefði verið að hafa föður sinn uppi á sviðinu með sér.

"Mér þykir leitt að ég gat ekki fengið föður þinn með... en þetta var bara forskoðun. Og ekki neinn að þakka. Nú, sitjðu kyrrt. Biðtíminn er ein mínúta."

"Ég held að hið ekta myndi sprengja huga minn þá!" sagði E-Z og lagði höfuðið aftur á bak og endurupplifði upplifunina, þegar hann fann hversu algerlega afslappaður hann var orðinn, að hann hefði getað tekið smá blundi.

PFFT.

Ilmurinn að þessu sinni var annar, piparmynta og eitthvað annað sem hann gat ekki alveg greint.

"Þetta er rósmarín," sagði röddin í veggnum.

"Mjög hressandi." Augun voru lokuð og hugurinn reikaði, þegar þakið yfir höfði hans gjánaðist upp. Hann hristði höfuðið, opnaði augun og undirbjó sig fyrir það sem var að koma.Ljósgeislar blikkaðu inn í málmílátið, skopruðu og endurköstuðust milli veggja. Hann hylldi augun til að vernda þau fyrir truflandi ljós sýningunni. Þegar skoprun ljóssins hætti, féll veran niður um opna þakið. Hversu áberandi innganga. Það var Rafael.

"Jæja, halló," sagði hann. "Þetta var ansi áberandi innganga."

"Ég hef fengið stöðuhækkun," játaði erkiengillinn, "og krafist er ákveðins glæsileika. Kannski aðeins of mikið í þessu tilfelli, en þetta er tiltölulega ný stöðuhækkun. Allar stöðuhækkanir hafa lærdómsferil."

"Til hamingju með stöðuhækkunina."

"Takk, nú skulum við snúa okkur að því erindi sem þú ert hér."

"Jú, auðvitað."

E-Z beið þolinmóður eftir að Raphael tæki aftur til máls, en um tíma gerði hún það ekki. Í staðinn flaug hún um, eins og fugl sem prófar vængina í fyrsta sinn. Var hún að sýna sig? Ef svo var, af hverju? Þá sá hann það, hún var með splunkunýjan gleraugnaramma. Þau voru stærri, sérkennilegri að sjá með stærri ramma og þykkari glerum og létu hana líta út eins og kvenútgáfu af Mr. McGoo.

"Æ, flott gleraugu," lygndi hann.

"Þau voru ekki fyrsta val mitt," játaði Raphael, "en þau verða að duga." Hún færðist nær honum þar sem hann sat og svifaði. "Það virðist." Hún stöðvaðist og hreyfði sig óþægilega.

SKIDOO

Stóll kom, og hún settist í hann í eina stund.

SKIDOO

Og það var horfið. Hún svifaði aftur. Setti opna lófa sinn á kinnina. "Nokkur atriði hafa vakið athygli okkar. Ég meina það ekki í konunglegum skilningi, heldur í skilningi allra æðstu englanna."

"Til dæmis?"

Aftur krossaði hún sig.

"Á ég að biðja vegginn um að úða smá lavenderi til að slaka á í þér? Þú virðist nokkuð spenntur."

Þá var hún komin fram í andlit hans og æskti: "LAVANDULA VIRKAR EKKI Á ARKENGLA! Hún er viðbjóðsleg, mannleg..." Hún tók djúpt andvarp. "Mér þykir mjög leitt."

"Það er í lagi. Ég skil þetta, þú hefur slæmar fréttir að segja mér. Það er betra að rífa plásturinn af. Ég meina, segðu mér bara beint út."

"Mjög vel. Hér fer það."

E-Z hallaði sér nær, "Ok, skjóttu á mig."

Úr hátölurum í veggnum heyrðist lag, eitthvað um að skjóta sherif.

Hann muldraði með í laginu í fyrstu, "Stopp!" skipaði E-Z. "Og segðu mér af hverju ég er hér."

"Hann vill komast beint að málinu," sagði Ráfael við sjálfa sig. "Jæja þá, hér er það. Ég kem beint að máli."

"Allt í lagi, gerðu það," sagði E-Z, og óskaði þess að hún myndi gera það.

"Í hnotskurn," sagði hún, "Eriel hefur verið gripinn á staðnum – hann hefur verið að spila fyrir báða aðila."

"Að spila hvað?" Þá kviknaði eitthvað í huga hans. "Nei, þú getur ekki átt við að hann hafi svikið okkur?"

Hún bankaði beininu fingri sínum á kinnina, á meðan E-Z opnaði og lokaði munni sínum eins og smásilungur sem er kominn upp úr vatninu.

"Já. Eriel ber persónulega ábyrgð á dauða vinkonu þinnar, Rosalie. Hann bar einnig ábyrgð á eyðileggingu Hvíta herbergisins. Allt hann. Allur Eriel."

E-Z tók allt þetta til sín. Vesalings Rosalie. "Bíddu! Var hann ekki að vinna fyrir þig? Ég meina, varstu ekki yfir honum? Hvernig gat þetta gerst á vakt þinni? Ég hef lesið nokkuð um erkiengla, en að svíkja krakka sem eru sjálfboðaliðar til að hjálpa þér er alger neðsta bekkur. Ég giska á að leopardar breyti ekki blettum sínum."

"Ég var ekki yfirmaður Eriels. Hann og ég vorum samstarfsmenn, félagar. Við unnum saman og ég hélt að við hefðum gagnkvæma virðingu fyrir hvor öðrum. Ég hafði rangt fyrir mér."

"Og samt var þú settur í stærra starf." Ég var það, en þessi tvö atriði tengdust ekki beint saman. Allt sem ég get sagt þér er að Eriel var einu sinni einn af okkur, en nú er hann það ekki. Eftir að hafa svikið okkur, og þig. Eftir að hafa snúið baki við meginreglum sínum – öllu því sem við stöndum fyrir – er hann búinn að fá nóg. Ég meina, hann er búinn að vera. Að eilífu."

E-Z tók stuttan andköf. "Ertu að segja mér að Eriel hafi afhjúpað okkur? Með okkur á ég við mig og liðið mitt?"

"Michael, sem er leiðtogi okkar, hefur verið að yfirheyra Eriel. Það tók töluverðan tíma að fá hann til að tala. En hann hefur játað að hafa fært Fúrinna aftur til jarðar. Að hafa notað þær til að efla stöðu sína. Það er engin frelsun. Engin fyrirgefning fyrir Eriel."

"Ég er orðlaus. Hvernig gerðist þetta?"

"Hvernig? Jæja, ef við vissum hvernig, þá myndum við vita af hverju – sem við gerum ekki. Það sem við hins vegar vitum er að hann er Eriel og Eriel gerir alltaf það sem er best fyrir Eriel. Við vissum að hann átti í vandræðum, og samt héldum við áfram að gefa honum tækifæri til að sanna sig – og þegar hann svikti okkur – fyrirgáfum við honum og gáfum honum eitt tækifæri í viðbót og enn eitt tækifæri. Við héldum áfram að trúa á hann þangað til núna. Hann er búinn. Algjörlega búinn."

"Búinn? Þú meinar dauður? Drepast æðstu englar? Og af hverju gáfuð þið honum svona mörg tækifæri? Þekkirðu ekki máltækið: þrjár tilraunir og þú ert úti?"

"Já, ég hef heyrt þessa baseball-túlkun, en við erum erkienglar og búist er við að við öll mistökumst eða relapsum á einhvern hátt. Og þú hefur rétt fyrir þér varðandi atburðinn í Eden-garðinum. Saga okkar nær langt aftur... en við héldum að við værum að bæta okkur, að þróast. Ég sjálf er verndardýrlingur ungs fólks, eins og þú og vinir þínir.

"Þess vegna lagði ég til að við vinnum með þér til að sigra þessar hræðilegu Fúriegu. Það var Eriel sem hvatti mig til þess. Hann er sá sem uppgötvaði þig. Sá sem sendi Hadz og Reiki til þín. Þangað til þessar hræðilegu systur komu, vorum við að bæta eitthvað jákvætt við líf ykkar allra... Við gáfum ykkur tilgang. Manstu eftir þeim tímum þegar þú vildir gefast upp? Þú gafst ekki upp því við hjálpuðum þér að halda áfram."

"Allt í lagi, ég skil að Eriel er illmenni. Hvað þýðir þetta fyrir mig og liðið mitt? Svo sem ég best veit hefur verkefnið okkar verið komið í uppnám. Svo við erum búnir að draga okkur út og ég held að þið eigið að fara yfir í áætlun B."

"Vandamálið er," sagði Raphael, en þagði þegar loftið fyrir ofan opnaðist aftur og Ophaniel kom engu að síður, án nokkurrar athyglisverðrar athafnar, svífandi niður að þeim.

"Lengi hefur liðið," sagði Ophaniel og beindi orðunum að E-Z. Síðan sneri hún sér að Raphael: "Er hann upplýstur?"

"Já, það er hann. Og ég er mjög fegin að þú ert komin, því hann vill vita hver áætlun B okkar er."

Ophaniel kinkaði kolli.

"Mjög vel. Til að orða það eins skýrt og auðið er, þá höfum við hvorki áætlun B, né C né D – því þið og liðið ykkar voruð allar áætlanir okkar sameinaðar í eina."

E-Z hrist höfuðið í vantrú. "Hafa ykkur æðstu englunum ekki borist til eyrna orðin: 'Ekki setja öll eggin í eina körfu'?"

Ophaniel hló. "Já, uppruni hennar er frá persónu Cervantes, Don Quixote, en mér hefur það aldrei virkilega skilið. Kannski vegna þess að við erkienglar borðum ekki egg. Einungis hugmyndin um gelatínkennda eggjarauðuna – yuck – gerir mig losta til að kasta upp."

"Ég líka," sagði Ráfael og þakti munninn á sér með baki handar sinnar. "Fyrir utan viðbjóðslega útlit þeirra, af hverju myndi nokkur setja egg í körfu yfir höfuð? Hvers vegna ekki skál? Ef þú ert að undirbúa egg..."

"Samþykkt," sagði Ophaniel. "Ég hef séð Jamie Oliver elda omlettu. Hann notar skál fyrst, og eldar þau svo."

"Ó, bróðir, ég get ekki trúað því að þið æðstu englir horfist á sjónvarpið, hvað þá Jamie Oliver." Hann hristði höfuðið. "Það þýðir að ef þú setur öll eggin saman, á einn stað – eins og í körfu, skál eða pönnu eða hvað sem þér líkar best – ef þú lætur körfuna, skálina eða pönnuna detta – þá munu öll eggin brotna og skelurnar skemma þau – svo þú munt ekki eiga nein egg í morgunmat."

"En leggja ekki hænur egg á hverjum degi? Svo ef þú færð engin egg í dag, þá kemurðu bara aftur á morgun," sagði Ophaniel.

"Hvað er eitt dag án eggs?" spurði Raphael. E-Z opnaði höndina og sló hana í höfuðið á sér. "Argghh!" Yfir englirnir horfðu á hann og biðu á meðan hann andaði djúpt að sér og blés síðan hátt út. "Hvað ætlum við að gera í þessu Eriel-máli?"

"Fyrst," sagði Ophaniel, "eru hér, að koma aftur til ykkar í dag, að sérstöku ósk ykkar, trommusláttur - tveir vinir ykkar..."

POP

POP

Hadz og Reiki, eða það sem minnti á þá tvo væntanlegu engla, komu til. Þeir voru svartir af tjaldi, frá toppi til táar. Krónublöðin þeirra voru skakkt, rifin, sum voru opin og upprétt, sum voru dauð og visin. Vængirnir þeirra voru dregnir niður, eins og þeir hefðu gleymt hvernig átti að fljúga eða hefðu enga löngun til þess lengur, og andlitin þeirra, svipurinn á þeim, var einn algjör örvænting.

"Hva-hvað gerðist þeim?" spurði hann.

Ophaniel færðist nær hinum tveimur afmáðu væntanlegu englunum og þau hörkuðu sig saman.

"Þið eruð örugg núna," sagði Ráfael með mjúkum, móðurlegum rómi, sem olli því að þau brustu í grátköst sem urðu að harmakveini.

Ophaniel huldi eyrun, færðist svo nær E-Z og hvíslaði. "Eriel lét fangelsa þau. Það tók okkur nokkurn tíma að finna þau að þessu sinni. Þessi vesalingar gátu ekki hjálpað sér því hann svipti þá kraftum sínum."

"Vesalingarnir," sagði E-Z.

E-Z, Ophaniel og Raphael sneru sér að verunum. Hadz og Reiki reyndu að brosa. Þeir komust ekki einu sinni nálægt því.

Báðir veltust um eins og þeir væru að verja sig gegn hópi hrææta.

"Kyrrið ykkur," sagði Ophaniel.

Hadz og Reiki hættu að hreyfa sig. Nú sátu þau eins og par af óhreinum dúkkum, augun föst á engu og engum. Þau voru skuggi af sjálfum sér.

"Ég meina ekki að vera dónaleg," hvíslaði E-Z, "en í núverandi ástandi munu þau ekki geta hjálpað okkur mikið. Það er að segja, ef þú getur sannfært okkur um að halda áfram með þessa áætlun undir þessum kringumstæðum."

Orð E-Z skáruðu tveimur væntanlegum englum eins og flatar högg í andlitið.

POP

POP

"Hversu dónalegt og óþarfa grimmd!" hrópaði Ophaniel áður en hún hvarf.

ZAP

"Þú hefur sýnt okkur mjög grimmilegan hluta af persónuleika þínum, E-Z Dickens, og ef móðir þín og faðir þinn væru hér, myndu þau skammast þín."

"Fyrirgefðu," sagði E-Z, "en talaðu aldrei við mig um foreldra mína. Ykkur, erkienglarnir, er óheimilt að ræða þá. Skilurðu?"

Rafael kinkaði kolli.

"Auk þess ætlaði ég ekki að særa þá. Auðvitað getum við notað þá. Ef við verðum að berjast við Fúrin, þá munum við þurfa alla þá hjálp sem við getum fengið. Komið aftur, vinsamlegast, Hadz og Reiki. Gefðu mér annan séns."

Ekkert.

E-Z reyndi aftur. "Komið aftur og þið verðið mjög velkomnir meðlimir í liðinu okkar."

POP

POP

Parið var nú hreint og snyrtilegt eins og áður.

"Velkomin aftur," sagði E-Z.

Hadz og Reiki flugu til hans. Hvor um sig settist á annað öxl hans. Þau skjálfuðu, ósjálfrátt, hrædd við eigin skugga.

"Það verður í lagi," sagði hann. "Við munum hafa ykkur að baki nú þegar þið eruð hluti af liðinu okkar."

Þau reyndu að brosa, og hann kunni að meta fyrirhöfnina.

"Svo," sagði E-Z, "hvað sagði Eriel nákvæmlega við Fúriurnar um okkur?"

"Hann sagði þeim að við værum að senda krakka til að sigra þær – það er allt."

"Er það það sem hann sagði þér? Hvernig vitum við að hann sé ekki að ljúga? Og hvernig komumst við að því hver endaleikur Fúria er?"

"Við teljum að endaleikur Fúria og Eriels hafi verið að stjórna jörðinni. Þau ætluðu að virkja JARÐARSTÖÐDUNINA og breyta henni í Nýjan Hades, þ.e. helvíti á jörðinni. Þar gætu þeir ríkt með því að mynda lið sála sem væru á þeirra valdi. Já, þeir myndu láta sálum fara út til að reika frjálslega, en um leið og þær fengju frelsi sitt – þyrftu þær að gefa það upp."

"Af hverju myndu þær samþykkja að gefa það upp?" spurði hann.

"Vegna þess að menn, jafnvel mannssálir, geta ekki skilið hugtakið frelsi. Í staðinn kjósa þær frekar að vera bundnar. Skortur á frelsi er öryggis teppi mannsins."

"Þetta er lygi," sagði E-Z. "Þetta gerir mig svo reiðan! Við menn getum kunnt að meta frelsi okkar. Við elskum náttúruna, að geta andað að okkur loftinu, að deila hugsunum og tilfinningum okkar með öðrum, að kunnt að meta heiminn og allt sem við eigum í honum."

"Nóg reiður til að berjast fyrir frelsi þínu og fyrir frelsi annarra?" sagði Ophaniel.

E-Z hafði ekki einu sinni tekið eftir að hún hafði snúið aftur.

"Já," sagði hann. "en segðu mér, í þessum nýja heimi þeirra myndu þeir aðeins velja sálirnar sem þeir gætu stjórnað. Hvað myndi gerast við hinar?"

"Þær myndu fljóta um að eilífu, án heimilis," sagði Raphael. "Í þessum nýja heimi þeirra myndi eilíft líf hverfa. Jarðlífið myndi að eilífu vera í kyrrstöðu. Sálir myndu sitja fastar í líkama sem væru hvorki á lífi né dauðir. Engin hjörtu myndu slá lengur. Engin ást, engin börn til fæðingar. Engar sálir til að stíga upp – ekki lengur – aldrei aftur."

E-Z þagði, hugsi, og tók allt til sín.Röddin í veggnum spurði: "Viltu nokkur ferskeið?"

"Nei, takk," sagði hann, en hann var þakklátur fyrir truflunina því hún færði hann aftur til augnabliksins. "Ég skil hvað Eriel var að nota Furíurnar til að gera. Staðreyndin er sú að hann er erkiengill eins og þú, og þú vissir að hann átti í vandræðum, samt gafstu honum tækifæri á fætur öðru þrátt fyrir að hann væri það ekki virði. Svo nú er ég að velta fyrir mér hvers vegna við, ég og liðið mitt, ættum að laga það sem einn af ykkar eigin erkiengjum hefur klúðrað?"

"Vegna þess að..." hóf Rafael.

"Ég var ekki búinn," sagði E-Z, "áður en þú og Eriel komuð heim til mín, þegar hann hitti fjölskyldu mína og hina liðsmennina, héldum við að hann væri á okkar hlið. Hann hefur séð hvar við búum. Hann veit allt um okkur. Við erum í mikilli hættu vegna hans."

"Þetta er satt," sagði Ophaniel.

"Óyggjandi og okkur þykir mjög leitt," sagði Raphael.

"Látið Eriel kalla þá til baka. Hann skapaði þennan ringulreið og hann ætti að laga hana." Hann sló lófana niður á armar stólsins með látum, svo Hadz og Reiki skuðuðust saman og nötraðu. Hann klappaði væntanlegu englunum á kollinum. "Það er í lagi, mér þykir leitt að hafa truflað ykkur."

"Frábært!" hrópaði Hadz.

"Húrra!" kallaði Reiki.

Raphael og Ophaniel sögðu í kór, "Eriel er bundinn djúpt í innra magi jarðar. Hann er á stað þar sem enginn maður ætti að þora að fara. Með öðrum orðum, ekki er hægt að ná til hans."

"En við sluppum úr námunum einu sinni," sagði Reiki.

"Tvisvar," sagði Hadz.

"Hann er ekki í námunum, hann er á öðrum stað, lengra niðri, ekki jafn djúpt og í eldunum, en á öðrum stað þar sem er svo kalt að allt breytist í ís, jafnvel blóðið sem rennur um æðarnar. Staður þar sem enginn maður gæti lifað af!"Eriel er líka valdalaus þar þar sem kraftar hans hafa verið sviptir. Hann er undir læs og lylli, hann

sér engan. Heyrir ekkert. Hann fær aldrei að koma út þaðan –
ALDREI."

"Ég vil tala við hann," sagði E-Z. "Ég þarf að spyrja hann
spurninga – spurninga sem aðeins hann getur svarað."

Raphael og Ophaniel öskruðu: "Þú mátt ekki! Þú mátt ekki!"

"Þá draga ég til baka stuðning liðsins míns. Vinsamlegast sendið
mig heim. Haruto og hinir geta snúið aftur til fjölskyldna sinna."
Hann þagði þegar myndbrot af PJ og Arden blöstu við í huga hans.
Ef hann gerði ekkert, myndu þau vera fast í dái, kannski að eilífu.

Hann mundi eftir öllum þeim sinnum sem þau höfðu hjálpað
honum. Fyrsta daginn hans aftur í skólanum í hjólastól. Tíminn
þegar þau kynntu honum aftur fyrir því að spila hafnabolta – og
allir strákarnir í liðinu voru á vellinum til að taka á móti honum.
Tíminn þegar þau hjálpuðu honum í gegnum allt þegar foreldrar
hans dóu. Tár rann niður kinn hans. Hann þurrkaði það burt.

"Takið hann!" þrumaði rödd í veggnum.

Þá varð allt í einu mjög, mjög kalt. Svo kalt að hann hélt að hann
gæti í alvöru fundið blóðið í æðum sínum breytast í ís.

KAFLI 14
ERIEL Á ÍS

Alveg einn. Svo óendanlega einn. Og svo kalt, svo, svo kalt. Það var eins og hann væri inni í tæmdu ískubbi. Þegar hann andaði að sér fyllti ísinn lungun hans.

Hann fór að brúninni. Hann andaði í hana. Hún þokaðist upp. Þetta var ekki ískubbi; þetta var glerkubbi. Og þar var handfang. Það leit út fyrir að vera úr málmi. Af ótta við að húðin hans myndi festa sig við það notaði hann skyrtuna sína og opnaði það.

Inni var safn af hlýjum teppum, sængurdúkum, kardígönum, höttum, hanskum – allt saman. Hann rétti inn höndina og klæddi sig í fleiri lög.

Þegar hann stakk handleggjunum í kardígoninn flaug hugur hans aftur til tíma þegar faðir hans var í svipaðri peysu í skíðaferð.

Hann var grænn, eins og þessi, og að utan var hann rispóttur við snertingu en að innan jafn heitur og ristað brauð. Þegar hann dró hann um sig og hneppti hann fyrir framan, fylltist nefið af eikarlyktinni af uppáhalds rakvatni föður síns. Hann lyktar af rakvatni föður síns í honum. Öflug tilfinning déjà vu yfirstéig hann þegar hann stakk fingrunum í par af svörtum flauelshanskum – hanskum sem hann sór að hefðu tilheyrt föður hans. En það gat ekki verið, því allt hafði eyðilagst í eldinum. Hann vafði örmum sínum utan um sig, reyndi að hita sig. Hann fann að kuldinn var að leggja sig undir sig, bæði líkama og sál.

Hann ýtti öðrum hlutum frá sér og fann teppi neðst í kassanum sem hann þekkti samstundis. Veltlaust, handunnið af móður hans á sófanum nótt eftir nótt, og þegar því var lokið fékk það sinn sess – aftan á leðursófanum. Fyrir kvikmyndakvöldin og til að hylja augun ef eitthvað skelfilegt gerðist.

Hann tók af sér hanskana og snerti teppið til að athuga hvort það væri ekta og strauk því síðan við kinnina. Blómailmur móður síns náði til hans og huggaði hann. Tár rann niður kinn hans þegar hann setti aftur á sig hanskana, og hann vafði teppinu mömmu sinnar utan um peysuna föður síns. Hann bar teppið eins og hettu og tók til við að skoða umhverfið.

Yfir höfði hans, en beindust niður með beinum tönnum sínum, voru ískristallar af öllum stærðum og gerðum. Ef einn þeirra félli, myndi hann stinga gegnum toppinn á hnakkanum hans og halda áfram í gegnum hann alla leið niður að táberginu. Hann óskaði þess að hann hefði byggingahatt –

BINGÓ

Og gulu verndarhattarnir birtust á höfði hans, einn í viðbót, svo annar og svo framvegis. Hann fann sig eins og Forvitni Gísli og brosti. Nú var hann tilbúinn í hvað sem var.

Hann leitaði að hurð, og skrunaði eftir veggjum ferningsins. Enginn handfangur sást. Hvaða fangelsi höfðu þeir sleppt honum í?

Að lokum fann hann brúnir, í miðju hægri veggjarins. Hann tók af sér hanska og notaði nöglina til að klóra í yfirborðið á því sem hann uppgötvaði fljótlega að var gluggi. Það sem hann sá gerði hann ekki kvíðminni. Kubburinn hans var einn af mörgum sem teygðu sig eftir ganginum svo langt sem augað eygði. Engir íbúar sástu bak við glerglugga kassa þeirra.

Hann andaði á glerið og skrifaði orðið "HJÁLP!" afturábak, ef einhver sæi það. Síðan eyddi hann því fljótt úr, þegar hann mundi hverjum hann hafði komið til að hitta: Eriel.

E-Z gekk eftir framhlið kubbsins, yfir á hina hliðina, og fann aftur ramma sem hann vissi fyrir víst að væri gluggi. Hann skafaði yfirborðið og fann fljótlega þann sem hann var að leita að: landráðamanninn.

Sá sem einu sinni var máttugur erkiengill leit út fyrir að vera aumkunarverður, eins og einhver hefði stungið hann með nál og látið allan loftinn gufast út. Líkaminn hans var festur við vegginn. Í fyrstu hélt E-Z að hann væri haldinn á staðnum af þyngdarafli eða einhverri ósýnilegri krafti, en svo áttaði hann sig fljótlega, við nánari skoðun, að allur líkami Eriels væri inn í þykku ísmoli.

Ískubbanum hafði verið mótað að líkama hans, þess vegna fyllti ísvatn alla krók og kima líkama hans og hann, ólíkt E-Z, hafði ekki aðgang að teppum.

KLUNK. KLUNK. KLUNK.

E-Z rétti hálsinn til vinstri þegar hann heyrði endurómandi skref. Hann fann að hluturinn var að nálgast en hann sá hann ekki.

KLINK. KLINK. KLINK.

E-Z hrist höfuðið. Hann þurfti að einbeita sér, að vera í augnablikinu, en samt var hann að upplifa annað undarlegt déjà vu-tilfinningu.

Hugur hans flaug aftur til draumsins sem hann hafði dreymt fyrir stuttu um afmælisveislu með PJ og Arden. Í þeim draumi hafði hulduð persóna komið sem gaf frá sér svipað hljóð. Draumnum snerist um að finna týndan beisbolahatt.

Þegar hljóðið varð óbærilega hátt, náði hann að skyggnast á skuggamyndina, sem var stríðsmaður, stærri en líf sjálft, með vængi sem voru jafn stórir og tveir fullvaxnir hlynar. Í annarri hendi bar æðstardjöfullinn gullna skjöld og í hinni sverð. E-Z verndi augun þegar ljósið skall á sverðshlífina.

KLANG. KLANG. KLANG.

Archangelinn stríðsmaðurinn stöðvaðist fyrir framan Eriel, sem hækkaði ekki augun til að mæta augnaráði nýkomins manns.

Þangað til hann stöðvaðist hafði E-Z ekki tekið eftir risavöxnum vængjum archangelans, sem höfðu verið kyrrir á meðan hann gekk. Nú reis stríðsmaðurinn upp, svo að andlit hans og Eriels voru á sama hæð.

"Þú átt gest," sagði hann.Augun hjá Eriel héldu áfram að beinast niður.

"Augun þín blekkja mig ekki," sagði stríðsmaðurinn. "Þú hefur vanheiðrað sjálfan þig. Þú hefur vanheiðrað okkur öll – og samt finnur þú enga sektarkennd og iðrast ekki. Talaðu við mig. Segðu mér hvers vegna ég ætti yfir höfuð að leyfa þér að taka á móti gesti."

Eriel hélt áfram að horfa á gólfið, og muldraði eitthvað óskiljanlegt.

"Tala hærra!" krafðist vígamaðurinn.

"Ég iðrast!" hvæsdi Eriel. "Ég iðrast þess að hafa ekki..."

"Þögn!" krafðist vígamaðurinn.

KLANG. KLANG. KLANG.

Nú stóð vígamaðurinn hinum megin við glerið, augliti til auglitis við E-Z.

"Ég er Michael," sagði hann."Umm, halló, ég er E-Z." Hann þekkti rödd mannsins. Hann var sá sem hafði skipað Raphael og Ophaniel að láta hann tala við Eriel.

"Rís upp," sagði Michael.

"Ég get ekki gengið," sagði hann.

"Þú getur það ef ég segi svo," sagði Michael, "og ég segi svo. Rís upp, E-Z Dickens!"

E-Z fannst hann vera eins og einn af þeim sem undirbjuggu sig til lækninga í sjónvarpsguðsþjónustu. Ófús lyfti hann sér upp úr stólnum. Fætur hans nötraðu örlítið, fremur af ótta en vantrú. Því Michael var máttugasti erkiengillinn. Sekúndum síðar stóð E-Z rekkur innan í ísveggnum.

"Þú baðst um að tala við það, það fallna, sem er þarna á veggnum. Hann mun ekki hjálpa þér því hann er rotinn til kjarna. Og samt Á HANN að hjálpa þér. Hann Á AÐ hjálpa okkur öllum til að bjarga sér frá því að breytast í ísskúlptúr – varanlegan hluta af þessum stað."

Með hverju orði sem Michael talaði fann E-Z sig verða sterkari og sjálfsöruggari.

Eriel lyfti augunum.

Í eina stund sá E-Z eitthvað þar. Var það ósigur? Var það iðrun?Eriel lokaði augunum og líkami hans slakaði innan í ísfangelsinu sem hélt honum.

"Ég held að hann hafi misst meðvitund," sagði E-Z.

KLUNK. KLUNK. KLUNK.

Michael sneri aftur til að skoða fangelsi sitt úr ísi nánar. Nöðra skríði út úr skóhlöðunni hans og hóf að skríða að andliti Eriels. Skepnan skríði upp, upp, með klofnu tungu sinni sem hreyfðist fram og til baka eins og hún væri blóðþyrst.

Michael sagði: "Líkaminn á vini mínum er að bráðna í átt að andliti þínu, Eriel. Ætlarðu ekki að opna augun og segja halló?"

Eriel opnaði augun og þegar hann sá orminn skríða upp eftir líkama sínum lét hann frá sér öskur.

"GARUUUUUUUUUUUMMMMMMM!"

Michael smellti fingrunum og ormurinn hætti að hreyfa sig. Með nöglinni skafaði Michael ísinn. Í honum titraði líkami Eriels. Eins og hann væri að fá raflost.

"MMMMM,hhhhh,MMMMMMM!"

"Hættu!" hrópaði E-Z og huldi eyrun. "Vinsamlegast!"

Michael hætti að klóra. Hann rétti upp handlegginn og ormurinn vafðist utan um hann og skríði aftur inn í stígvél hans.

"Þessi drengur sýnir þér miskunn, Eriel. Það er meira en þú átt skilið."

Eriel hélt áfram að kvarta í örvæntingu.

Michael hélt áfram, sneri sér að E-Z, "Ég gef þér fimm mínútur til að spyrja Eriel allra spurninga sem þú gætir haft."

Síðan til Eriels: "Við getum þvingað þig til að tala við hann, en ég myndi kjósa að þú aðstoðaðir hann af fúsum og frjálsum vilja. Einu sinni ákvaðstu að bjarga lífi þessa unga drengs. Hann hefur aftur á móti greitt skuld sína. Nú hefur þú svikið okkur og þú verður að vinna traust okkar aftur."

Michael lyfti fæti og sparkaði í ísbygginguna sem Eriel var innilokaður í. Hún hristist, en sprakk ekki né molnaði.

"Þú viðbjóður mér! Þú ætlast til að þessi mannlegi drengur leiðrétti mistök þín. Að hann leiðrétti ranglæti þitt. En samt viltu gefa honum tækifæri til að fá svör við spurningum sínum. Svo, hjálpaðu honum. Þetta er eina tækifærið þitt, eina færið til að sanna fyrir okkur að enn sé eitthvað í þér sem sé þess virði að bjarga. Eitthvað í þér sem hefur ekki enn orðið rotna til kjarna."

Eriel lyfti augunum. "Herra." Hann lækkaði þau aftur.

"Þér getur verið fyrirgefið, en ef þú velur að hjálpa honum ekki – verður skortur þinn á samvinnu tilkynntur til hlítar."

Augun hjá Eriel héldu áfram að beinast að gólfinu.

"Skilurðu?" spurði Michael. Þegar Eriel svaraði ekki, hrópaði Michael með dynjandi rödd: "SKILURU?"

E-Z fann að ísinn í kringum hann skalf og titraði við hljóð Michael, og hann var enn og aftur þakklátur fyrir alla þá hjálma sem vernduðu höfuðkúpu hans. Hann vonaðist til að þeir dygðu, annars myndi hann verða grafinn á þessum stað með Eriel og Michael að eilífu og myndi aldrei aftur sjá frænda sinn Sam né vini sína.

Eriel kinkaði kolli.

"Fimm mínútur," sagði Michael.

KLANG. KLANG. KLANG.

Og hann var horfinn.

Hann og Eriel voru einir.

E-Z færðist nær Eriel og spurði: "Hvernig getum við sigrað Fúrinum?"

Eriel opnaði munninn til að tala, en sagði ekkert. Hann lokaði augunum.

"Vinsamlegast," bað E-Z. "Vinsamlegast hjálpaðu okkur."

KLUNK. KLUNK. KLUNK.

Michael var kominn aftur. Það gat ekki verið fimm mínútur – ekki enn. Hann hafði ekki lært neitt, alls ekkert frá Eriel.

Eriel, með tennurnar krosslagðar og tennur sem kippast, hvíslaði þrjú orð: "Notaðu gleraugu Rapháels."

"Hvað?" hrópaði E-Z og barði hnefa sínum í ísvegginn. "Hvernig?"

Næsta sem hann vissi var að hann var kominn aftur inn í eldhúshurðargatið. Hann var ekki lengur í fötum foreldra sinna, en sameinaður ilmur rakvatns föður síns og ilmvatns móður hans sat enn í lofti. Hann faðmaði sjálfan sig og hlustaði á meðan Charles útskýrði lærdóm sögunnar.

"Lærdómurinn af sögunni minni," sagði Charles, "er sá að allt er betra þegar maður á vini til að deila því með."

"Ó," sagði E-Z, þegar Samantha tilkynnti að morgunmaturinn væri borinn á borð.

"Raðið ykkur hér. Takið ykkur disk, servíettu og áhöld. Takið ykkur sjálf," sagði hún. "Þetta er hlaðborð."

Sobo sagði: "Sumogasubodo!" við Haruto sem hrópaði af gleði.

"Ég gerði sushi," sagði Samantha. "Þetta var í fyrsta sinn."

Sobo kinkaði kolli, "Takk, en næst skaltu láta mig hjálpa þér."

Samantha kinkaði kolli, "Það væri frábært."

E-Z færði stólinn sinn fram.

Frændi Sam hvíslaði á meðan hann gekk hlið við hlið við hann, "Hvar varstu? Ég meina, þú varst hér, og stóllinn þinn var hér, en þú varst líka einhvers staðar annars staðar, varstu það ekki?"

"Æh, já, ég útskýri það seinna. Ég þarf tíma til að melta allt sem gerðist. Gefðu mér nokkrar mínútur. Ó, og að auki, takk."

"Fyrir hvað?" spurði Sam.

"Fyrir morgunmatinn, það var eins og áður fyrr. Skemmtilegt."

"Við verðum að gera þetta aftur fljótlega."

"Alveg örugglega," sagði hann og hélt til herbergis síns.

KAFLI 15
Heim sætt heim

Nú, alveg einn, var gott að vita að Eriel væri ekki lengur líkamleg ógn fyrir þá. Michael hafði lamað hann, en aðeins eftir að hann hafði svikið alla.

Eriel hafði gengið of langt, en af hverju? Af hverju myndi hann svíkja sinn eigin kyn? Þar sem hann vissi fullvel að Michael var öflugri en hann. Það var engan veginn skiljanlegt.

POP.

POP.

"Velkomnir heim!" sagði hann.

Hadz og Reiki lentu fyrir framan hann á rúminu. "Takk, E-Z. Þú ert alltaf svo góður við okkur."

"Mér þykir leitt að Eriel hafi verið svona hræðilegur við ykkur. Gott að hann sé núna læstur inni. Það er það sem hann á skilið."

"Hvað fannst þér um þau?" spurði Hadz.

"Ég er ekki viss um hvað þú átt við."

"Við sendum kassann."

"Ó, kannski tókst það ekki," sagði Reiki.

"Varstu það?" augu E-Z fylltust tárum.

"Gaman að hann komst áfangastað öruggur," sagði Hadz, og brosin á pari vændisengla breiddust yfir andlit þeirra á þann hátt að virtist sem aðrir drætti andlitsdrætti þeirra væru daufari.

"Takk kærlega fyrir. Ég hélt að allt sem tilheyrði foreldrum mínum hefði eyðilagst í eldinum." Hann tók djúpt andvarp og barðist við tárin. "Ég vildi bara að ég hefði getað komið því hingað með mér. Þó að það hefði þýtt svo mikið, bara að eiga það fyrir..."

SMÁTT.

"Þú þurftir bara að segja orðið. Það er þitt, eftir allt saman," sögðu þau.Það var þar, við fótendann á rúminu hans. Kassinn foreldra hans, eða það sem þau kölluðu teppakassann sinn. Í honum voru fjársjóðir sem hann hafði flettað upp á barnsaldri. Og nú var hann hans. Áþreifanlegur fjársjóðskassi fylltur minningum um foreldra hans.

"En hvernig?" spurði hann.

"Okkur tókst að bjarga nokkrum hlutum, með því að flýja inn og út þegar húsið brann," sagði Hadz.

"Við ákváðum að geyma þau örugg fyrir þig, þar til þú værir tilbúinn að fá þau aftur. Við vonum að tíminn hafi verið réttur."

Hann hreyfðist, eins og í draumi, að kistunni og opnaði lokið. Ilmur af moskí-viðar ilmvatni föður síns blandað við sætt-sítrus ilm móður hans tók á móti honum eins og faðmlag. Hann var varkár um að láta ekki allt streyma út í einu og lokaði varlega aftur.

"Ég get ekki þakkað ykkur nóg. Ég mun aldrei geta þakkað ykkur nóg. Ég mun fara í gegnum allt í annað sinn. Aftur, þakka ykkur báðum kærlega fyrir." Hann rétti út örmum sínum og tvær væntanlegu englana flugu í faðm hans.

"Hann er að verða of tilfinningasamur," sagði Hadz.

"Hefur einhver sagt þér að þú þurfir að klippa hárið?" spurði Reiki.

E-Z greiddi hárið með fingrunum og sléttaði niður miðskotið sem, vegna þess að það var í frosthörðum kviði jarðar, stóð út eins og hár í bursta. "Betra?"

"Smá," sagði Hadz.

"Allt í lagi, ég þarf að einbeita mér. Hinir munu koma hér inn fljótlega til að fá upplýsingar um stöðuna með Eriel. Ég þarf að segja þeim frá Michael. Heldið að þeim verði hrifnir af því að ég hafi hitt hann?"

"Það skiptir engu máli þó að þeim finnist hann magnaður," sagði Hadz. "Það sem skiptir máli er: sagði Eriel þér eitthvað verulegt?"

"Já, en ég er enn að reyna að ráða í hvað hann átti við."

"Segðu okkur frá, kannski getum við leyst ráðgátuna!"

"Hvað hann átti við?" spurði Alfred og stakk gogginn inn í herbergið.

"Komdu inn," sagði E-Z.Alfred gekk vaggandi inn. Það var fjaðraskiptatími og nokkrar fjaðrir flögrðu á eftir honum. "Halló Hadz, halló Reiki."

"Halló," svöruðu þau.

"Lang saga, en til að koma beint að efninu var mér boðið aftur í silóið þar sem Raphael og Ophaniel útskýrðu fyrir mér stöðuna varðandi Eriel. Hann hefur verið að vinna á öllum hliðum. Þá gerði hann sig út fyrir að vera bandamaður okkar, erkiengla og Furíanna. Ekki hafa áhyggjur, svik hans komust upp og hann var handtekinn og fangelsaður. Hann er undir gæslu höfuðerkiengilsins Michaels, sem leyfði mér að tala stuttlega við Eriel."

"Og hvað sagði Eriel?" spurði Alfred.

"Ég hafði aðeins tíma til að spyrja hann einnar spurningar. Svo ég spurði hann hvernig við gætum sigrað Furíurnar. Þess vegna kom ég hingað inn, til að hugsa um það sem hann sagði."

"Ah, svo þú vildir vera einn?" spurði Alfred. "Komum nú, Hadz og Reiki, skulum við gefa E- smá frið og kyrrð." Hann hreyfði sig að hurðinni, en þær stóðu kyrrar.

"Leyst vandamál er sameiginlegt vandamál," sungu þær.

"Satt. Og það var lærdómurinn af sögu Charlesar."

"Allt í lagi, safnist að mér." Hann þagði og sagði svo: "Eriel sagði að við ættum að nota gleraugu Rapháels."

"Jæja, er það allt?" sagði Alfred. "Ég skil af hverju þú ert ekki viss um hvað hann átti við. Þetta er mjög óljóst."

"Ég veit það. Og hann sagði ekki hvernig átti að nota þau."

Hadz hallaði sér yfir og hvíslaði eitthvað að Reiki.

POP.

POP

Og þau voru horfin.

"Kannski skulum við byrja frá byrjun. Segðu mér nákvæmlega hvað Eriel sagði þér."

"Ég hef þegar gert það. Hann sagði að nota gleraugu Raphael. Það var allt. Michael setti okkur á tímamæli. Í fyrstu hélt ég að Eriel ætlaði ekki að segja neitt. Hann sagði þessi þrjú orð og tíminn rann út. Næsta sem ég vissi var að ég var kominn aftur hingað."

Alfred gekk fram og til baka og tók eftir teppakassanum við fótendann á rúminu. "Hvað er þetta þá?"

"Hann tilheyrði foreldrum mínum," sagði E-Z og barðist við gráti. "Hadz og Reiki björguðu honum úr eldinum. Þeir sögðu mér bara að þeir hefðu bjargað honum fyrir mig – settu líf sitt í hættu."

"Það var svo," hann tárvotnaði, "gott af þeirra hálfu. Hefurðu skoðað það?"

"Nei, en það geri ég."

"Hvernig var Michael?"

"Hann klöngraði mikið þegar hann gekk. Það minnti mig á drauminn sem ég dreymdi um PJ, Arden og giljótínuna."

"Ó, ég man að þú sagðir okkur frá þeim draumi. Var hann jafn ógnvekjandi og afturhnífurinn?"

"Michael var mjög reiður, og með réttu. Eriel svikaði hann, alla erkiengla og okkur. Það sem ég skil ekki er hvað gæti verið þess virði að taka svona mikla áhættu?"

"Vald – sumir myndu gera hvað sem er til að fá það. En það sem við þurfum að komast að er hvernig við getum notað gleraugu Rapháels til að stöðva áætlunina sem Eriel og Furíurnar hófu."

E-Z tók gleraugun af sér. Þegar hann bar þau blés blóðið ekki og hreyfðist ekki um innan rammanna, eins og það gerði þegar Raphael bar þau. Á honum voru þau bara eins og hvaða gleraugun sem er.

"Segðu gleraugunum að gera eitthvað," lagði Alfred til.

"Gleraugun, hverfið," skipaði E-Z.

Hann sleppti þeim og þau lentu á gólfinu.E-Z andvarpaði. Tveir hausar voru sannarlega ekki betri en einn í þessu tilfelli. Hann hló.

"Gott var að sjá Hadz og Reiki aftur. Eru þeir hér til að vera? Ég meina, til að hjálpa okkur?"

"Það eru þeir, en þeir hafa gengið í gegnum mikið nýlega og gætu verið að þjást af áfallastreituröskun – það er post-traumatic stress disorder."

"Já, ég veit. Hvað gerðist?"

"Það var Eriel sem gerði það. Hann hefur verið að valda ringulreið og eyðileggingu á jörðinni og alls staðar annars staðar, ef marka má orðin." E-Z þagði. "Hvað ef ég notaði gleraugun til að breyta lögun minni?"

"Og hvað þá?"

"Ef ég gæti breytt lögun minni, gæti ég heimsótt Fúrin sem Eriel."

"Það myndi bara virka ef þau vissu ekki að hann hefði verið gripinn," sagði Alfred.

"Já, en ef þau vissu það ekki. Hugsaðu þér hvað ég gæti gert af skaða. Ég gæti farið þangað inn. Þau myndu halda að ég væri á þeirra hlið. Og ég gæti snúið mér gegn þeim. BAM! Ég gæti sláð þau beint úr vellinum!"

POP.

POP.

"Þetta væri alltof hættulegt!" hrópaði Hadz.

"Alltofooooooooo hættulegt!" endurtók Reiki.

"Auk þess höfum við aðra hugmynd."

"Segðu okkur," sagði E-Z.

"Þau hafa endurskapað Hvíta herbergið, svo við fórum aftur þangað til að athuga hvort það væru einhverjar bækur um gleraugu Raphaels."

"Og? Var þar bók?"

"Nei," sagði Hadz.

"En við fundum þetta," sagði Reiki.

Það var lítil bók, um það bil á stærð við enda vísitarsins á E-Z. Á kverinu stóð: Fyrsta bók Ráfaels um Enok.

Hadz og Reiki flettu í gegnum blaðsíðurnar þar sem bókin var fullkomin í stærð fyrir þau til að halda saman.

"Hér stendur," las Hadz upp, "að tilgangur Rafaels var að lækna jörðina sem fallnu englunum höfðu saurgert."

"Manstu, sagði Rafael, að ég geti aðeins kallað á hana þegar endinn er yfirvofandi? Kannski munu gleraugun einungis opinbera mér mátt sinn þegar þörf er á þeim líka."

"Akkúrat," voru Hadz og Reiki sammála.

"Mér finnst við þurfa að ræða þetta með hinum, en hugmyndin þín um að breyta útliti þínu í útlit Eriels er góð," sagði Alfred. "Við þyrftum bara að finna út hvernig við gætum stutt þig þegar þú ert að gera þetta – til að halda þér öruggum."

"Þetta er slæm hugmynd," sagði Hadz.

"Mjög slæm hugmynd!" sagði Reiki.

"Hvernig það?" spurði Alfred.

"Í fyrsta lagi veistu ekki hvað Fúrin vita."

"Eða vita ekki."

"Í öðru lagi gæti þetta verið gildra."

"Gildra sem Eriel og Fúrurnar hafa undirbúið."

"Í þriðja lagi, og það mikilvægasta af öllu,"

"Eriel er skelfingu lostinn fyrir Michael."

Í kór sögðu þau: "Gleraugu Raphaels verða að innihalda lykilinn að öllu. Eriel leitar sér fyrirgefningar og lausnar hjá Michael og hinum erkiengjunum. Það er eina von hans. Þú ert eina von hans. Þess vegna teljum við að hann hafi sagt þér sannleikann."

"En hvað ef Furíurnar vita ekki af aðstæðum Eriels? Svo lengi sem þær eru í óvissu höfum við forskot hér," sagði Alfred.

"Ég er sammála," sagði E-Z.

Lia stakk höfðinu inn í herbergið, og restin af hópnum fylgdi í kjölfarið. "Hvað er að frétta?" spurði hún.

"Komdu inn og ég skal útskýra. Ó, og lokaðu hurðinni á eftir þér."

"Hljómar grunsamlega," sagði Lia. Hún tók eftir Hadz og Reiki og veifði til þeirra. Síðan lokaði hún hurðinni á eftir þeim og læsti henni.

KAFLI 16
Hvað á að gera

"Takið ykkur sæti, gerið ykkur þægilega," sagði hann, á meðan allir hrúguðust upp í rúmið hjá honum. "Fyrst, fyrir þá sem hafa ekki kynnst þeim enn – þetta er Hadz og þetta er Reiki. Þau eru vinir og væntanlegir englar. Þau hafa verið send til að hjálpa okkur."

Haruto beygði sig, Lachie sagði: "Góðan dag!" Charles og Brandy réttu þeim hönd.

Eftir að allir höfðu verið formlega kynntir settist teymið við hliðina á rúminu. E-Z hugsaði að þau litu út eins og farþegar sem biðu eftir strætó.

"Við erum öll hér til að sigra Furíurnar. En það eru nokkrar nýjar upplýsingar sem við þurfum að taka til greina áður en við förum áfram."

"Hvað áttu við?" spurði Lia. "Ertu að gefa í skyn að við gætum dregið okkur úr þessu?"

E-Z hnerraði.

"Það er best að ég segi ykkur allt, þá getið þið spurt spurninga. Ég hefði líklega átt að byrja á því. En ég er enn að vinna úr öllu sjálfur." Hann hikstaði. "Ég meina, gefið mér smá svigrúm, því þetta er flókin staða og enn erfiðara að útskýra hana."

Allir kinkaðu kolli, svo hann hélt áfram.

"Eriel hefur verið handtekinn af erkiengjunum.

Hann svikaði þá og hefur svikið okkur. Hann er ekki lengur ógn við okkur, en hann hefur ógnað verkefni okkar. Vandamálið er að við vitum ekki hversu mikið. En við vitum meira um áform hans – að ná stjórn á jörðinni með öllum tiltækum ráðum. Að ganga gegn erkiengjunum til þess var að taka ákveðna áhættu – jafnvel þegar hann hafði Fúrinum sér til stuðnings."

Hlátur heyrðist frá öllum sem lét hann staldra við um augnablik áður en hann hélt áfram.

"Æðstu englunum hafa snúið baki við honum. Ég hitti Michael, sem leiðir æðstu englana, og hann var hneykslaður á Eriel. Og Eriel var skelfingu lostinn fyrir honum."

Fleiri hlátrar heyrðust.

"Áætlun A okkar var að fanga Fúrinni innan leikjaumhverfisins. Eriel vissi af þessari áætlun. Reyndar hvatti hann okkur til að halda áfram með það. Þess vegna þurfum við að færa okkur yfir í Áætlun B. Sú staðreynd eitt og sér að hann vissi af Áætlun A er nóg til að við skulum henda henni."

Fleiri andköf og "Ó nei!"

"Svo, Áætlun B. Ég veit að þið eruð að hugsa um hið augljósa: þ.e. að við höfum ekki Áætlun B. Jæja, það gerðum við ekki. En við höfum hann núna. Mun það koma ykkur á óvart að vita að áætlun B okkar kom úr munni svikara okkar?"

Allir kinkaðu kolli.

"Eins og ég sagði áður, hitti ég Michael. Það var hann sem lagði Erieli til að honum yrði sýndur mildleiki, ef og aðeins ef hann myndi hjálpa okkur. Michael gaf okkur aðeins fimm mínútur saman. Og í meirihluta þess tíma sagði Eriel ekkert. Síðan, rétt þegar tíminn var að renna út, sagði hann þrjú orð: "Notaðu gleraugu Rapháels" – það var allt. Ég mundi síðar að Raphael hafði sagt að Charles gæti verið leynivopn okkar, svo með gleraugunum gætum við átt tvö vopn sem þeir hafa enga vitneskju um."

Charles hnerraði.

E-Z viðurkenndi Charles með hnissi.

"En áður en við þröngva þessu saman og byrjum að hugmyndavinna, þurfum við að skoða stóru myndina og ákveða hvort þetta sé okkar bardagi. Hvort þetta sé eitthvað sem við, sem lið, viljum enn taka þátt í.

"Vegna Eriels er ég á lífi í dag. Hann bjargaði mér og sagði svo að ég væri honum og hinum erkiengjunum skuldugur. Til að endurgjalda þessa skuld gekk ég í gegnum nokkrar prófraunir.

Alfred og Lia komu til sögunnar og saman stofnuðum við Þrjáeiningu. Síðan skildum við að eftir ósk þeirra.

Við stofnuðum okkar eigin ofurhetjuvefsíðu og hjálpuðum fólki. Þangað til æðstu englunum bað um hjálp okkar til að sigra Soul Catcher-píratana. Með tímanum komumst við að því hverjir þeir voru: Furíurnar, voldugar og illar grískar guðdísir sem höfðu snúið aftur.

Hadz og Reiki tóku mig með í nokkrar njósnaleiðangrar til að sýna mér aðalstöðvar þeirra í Death Valley. Þar sá ég með eigin augum birgðir af ílátum fylltum sálum barna. Síðar voru PJ og Arden teknir af okkur. Ástand þeirra hefur ekki breyst. Og við sáum með eigin augum, þökk sé Rafael, þessar ógeðslegu gyðjur við störf.

"Fúrin eru verðugir andstæðingar. Ef við berjumst við þær gætum við dáið. Þetta eru auðvitað ekki nýjustu fregnir en er það þess virði að leggja líf okkar í hættu nú þegar Eriel hefur svikið okkur?

"Þegar allt er tekið til greina, og ekki síst að við höfum tvö leynivopn á okkar hlið – þó svo að við vitum ekki hvernig við getum notað þau. Kannski erum við í góðri stöðu til að vinna þennan bardaga. Það er aðeins ef við höldum saman og verjum hver annan. Ef við erum enn tilbúin að leggja líf okkar í sölurnar fyrir æðri hagsmuni. Fyrir hagsmuni jarðarinnar, til að bjarga jörðinni. Hvað segið þið?"

Næsta sem hann vissi var að allir – nema Alfred – voru að hoppa upp og niður á rúminu og hrópuðu: "Einn fyrir alla og allir fyrir einn!"

E-Z rétti upp hönd.

"Allir sem eru hlynntir því að berjast við Fúrin, segi Aye."

Ákvörðunin var einróma.

Sobo bankaði upp á og spurði: "Kannski get ég hjálpað líka."

KAFLI 17
Spyrðu CHARLES DICKENS

Brandy hæðniskvað háværlega, sem fékk alla í herberginu til að snúa sér að henni. Nú þegar hún hafði athygli allra spurði hún: "Og hvernig ætlar þú, sem aldraður borgari, að hjálpa ofurhetjuteymi okkar barna að sigra þrjár voldugar illar guðdísir?"

Hrollur gekk um herbergið, sem fékk Haruto til að hreyfa sig fljótt að hlið Sobo. Hann greip í hönd hennar og lagði hana að hjarta sínu.

Sobo, sem lét ekki blekkjast af fáfræði Brandy, hvíslaði hughreystandi orð á japönsku til barnabarnsins síns.

"Biððu afsökunar," krafðist E-Z.

"Það er í lagi," sagði Sobo. "Hún hefur rétt fyrir sér, ég er kannski ekki ofurhetja eins og þið hin, en allir í þessu lífi hafa eitthvað fram að færa."

"Fyrirgefðu, Sobo," sagði Brandy. Hún hætti ekki þar. "Það sem ég átti við var..."

"Þegðu nú!" hrópaði Lia. "Komdu inn, Sobo."

"Við getum notað alla þá hjálp sem við fáum," sagði E-Z.

Charles stóð upp og bauð Sobo og Haruto sæti sitt.

"Takk," sagði Sobo, og hún og barnabarn hennar sátu hlið við hlið án þess að tala í nokkrar stundir.

"Er þér nóg boðið?" spurði Haruto.

"Já, litli minn," sagði Sobo. "Ég hef líka ofurkraft. Hann kallast umbreyting. Ég hef lifað mörg líf og leikið mörg hlutverk... með hverju lífi læri ég eitthvað nýtt. Ég er opin fyrir því að læra, það er það sem lífið snýst um. Ég bý líf mitt fram; ég myndi gera hvað sem er til að bjarga ykkur. Ykkur öllum."

"Jafnvel ég?" spurði Brandy.

Sobo hló. "Sérstaklega þú, barn."

Brandy gekk yfir herbergið og lagði hendur sínar um háls Sobo. "Takk. En af hverju sérstaklega ég?"

Haruto stóð upp, lagði hendur á mjaðmir sínar og hrópaði: "Af því að þú ert klikkaður!"

Allir hlógu, þar á meðal Brandy.

Sobo sagði: "Af því að þú ert óhrædd. Já, það að vera óhrædd er öflug tilfinning, en þú verður að læra þolinmæði. Þú þarft bæði til að lifa af í þessum heimi. Með báðum verður þú enn öflugri kraftur sem þarf að taka tillit til. Lífið snýst um að breytast, sjálfan sig frá innri til ytri, frá ytri til innri. Lærðu. Vaxðu. Við verðum að vera eins og trén, breytast með árstíðunum, beygja okkur með vindinum."

"Svo fallegt," sagði Charles.

"En heimurinn er fullur af bæði góðu og illu," sagði Sobo. "Það verður að vera svona. Annað verður að vera til svo hitt geti verið. Og við, þú og ég og allir hér, við verðum aðeins að berjast fyrir hlið hins góða. Í þessum heimi getur aðeins verið einn sigurvegari. Sá sigurvegari verður að vera til góðs fyrir alla mannkynið."

Sobo þagði. Á meðan hún náði andanum sátu hinir þögulir og biðu eftir að hún héldi áfram.

"Ástæðan fyrir því að ég er hér," hélt Sobo áfram, "er að flytja kveðjur frá Rosalie."

"Þú og Rosalie, Sobo, en hvernig?" spurði Lia."Rosalie kom til mín í draumi. Hvernig vissi ég að það var hún? Vegna þess að hún sagði mér það. Drauma eru máttugir sameiningaraðilar. Andir þvera heima og blanda sér saman við okkur til að vera með okkur, eða til að segja okkur hluti sem við vitum ekki, eins og viðvaranir og fyrirboða. Rosalie vildi hjálpa okkur að berjast í orrustunni, að berjast og sigra."

"Já," sagði E-Z. "Ég dreym um foreldra mína oft. Stundum afhjúpa þau hluti fyrir mér, eða segja mér hluti sem þau gátu ekki vitað um. Nema þau hafi deilt lífi mínu með mér."

"Já, ást er öflug tilfinning sem þekkir engin mörk. Þeir sem þú elskar munu leita þín, finna þig, hjálpa þér, jafnvel á dimmustu stundum."

"Er hún," spurði Lia, "hamingjusöm?"

Sobo brosti. "Hamingja er ekki allt. Láttu mig segja þér það, hún er sjálf sér trúr. Það er allt sem þú þarft í raun að vita. Og sem sjálf sér trúr, sem farvegur sem berst einnig á hlið hins góða, trúir hún á þig, herra Charles Dickens. Þú ert kraftur okkar."

"Ég?" spurði Charles.

"Já, Charles. Færðu okkur í bókasafnið. Bókasafnið í skýjunum."

"Ég hef aldrei heyrt um það. Ég get ekki tekið ykkur þangað. Hún hlýtur að hafa ruglað mig saman við einhvern annan."

"Hvaða bókasafn?" spurði Brandy.

"Og af hverju er það í skýjunum?" spurði Lia.

"Ég hef verið þar," sagði Sobo. "Það er mjög gamalt og það er varið... aðeins þeir sem vita, vita."

"Ég er ekki einn af þeim," sagði Charles.

"Þú þarft bara smá hjálp," sagði Sobo. "Gefðu honum gleraugu Rapháels og þá mun hann vita til hvers."

"Bíddu nú við," sagði E-Z. "Hvernig komstu þangað?"

"Trúirðu mér ekki?" Sobo brosti. "Rosalie tók mig þangað í draumi... hún er andi... og hún leiddi mig sem draumagöngumann."

"Ertu viss um að þetta hafi ekki verið minning sem hún var að deila um Hvíta herbergið?"

"Algerlega ekki. Hvernig veit ég það?" spurði Sobo. "Vegna þess að Rosalie sagði mér að hún vildi aldrei snúa aftur til staðarins þar sem hún var myrt af þeim grimmu systrum."

"Það er skiljanlegt, en samt sem áður, það sem Raphael sagði um að afhenda aldrei gleraugun – engum – vekur áhyggjur hjá mér um að fara gegn óskum hennar."

"Hvað ef Rosalie er ekki ein af þeim sem vita um hvað þetta snýst?" spurði Sobo. "Áum við að láta þetta tækifæri framhjá okkur fara til að auka líkurnar okkar á að sigra Fúrinum, með því að hafna nýjustu upplýsingunum frá Rosalie, sem er traustur vinur og trúnaðarmaður?"

"Segðu mér fyrst," sagði E-Z, "hvernig var það?"

Sobo lokaði augunum. "Ímyndaðu þér tímabil þegar þú kveiktir á heitu vatni eingöngu í sturtu eða baði, án viftu og án opins gluggans. Þú fórst út úr herberginu til að sækja eitthvað og lokaðir hurðinni. Þegar þú opnaðir hana aftur var herbergið fullt af gufu og þegar þú gekkst inn sástu ekkert – í fyrstu. En augun þín aðlöguðust og þá gætirðu séð allt. Það var eins fyrir mig þegar ég gekk fyrst inn í Skýjahandritasafnið."

Hún opnaði augun. "Ímyndaðu þér innra byrði skýrsins þar sem bækurnar voru til. Allar einustu bækur sem skrifaðar hafa verið, gefnar út, allar þarna fyrir framan þig. Aðgengilegar til lestrar, til að taka með sér, til að læra. Svona var það í Skýlabókasafninu. Og við eigum öll að fara og sjá það fyrir okkur sjálf, núna. Í dag."

"Þetta hljómar töfrandi," sagði Charles. "Ég vil fara. Ég vil taka ykkur alla þangað."

"Það hljómar of vel til að vera satt," sagði Brandy.

Sobo brosti.

E-Z hikstaði áður en hann tók gleraugun af sér og rétti þeim til Charles.

"E-Z," sagði Sobo, "Rosalie sagði mér að undantekningin á reglu Raphaels væri Charles. Manstu? Og hún var sú sem afhjúpaði að Charles væri leynivopn okkar."

E-Z kinkaði kolli og rétti gleraugun til Charles.Án hika setti Charles þau á sig. Þegar hann þrýsti þeim að eyrunum pulsuðu litirnir á rammanum í öllum litum sem mannkynið þekkir. Allir litir nema rauður. Þegar gleraugun festust í grænum lit, eins og grös, snérist háls Charles til vinstri, til hægri, til vinstri, til hægri, til vinstri. Hann rétti úr sér og horfði beint fram.

"Ég er tilbúinn," sagði hann. "Takið í hendurnar á hvoru öðru, svo við séum öll tengd, og ég mun færa ykkur þangað."

"Bídjið eftir okkur!" hrópuðu Hadz og Reiki, þegar þeir stökkvuðu á axlir E'Z og héldu í sig af alefli. Augnabliki síðar hafði enginn farið neitt.

KAFLI 18
Hvað svo?

"Ég skil þetta ekki," sagði Charles. "Ég sá þetta fyrir mér í huga. Kannski þarf ég leiðbeiningar, eða einhver töfrorð. Sagði Rosalie þér eitthvað sérstakt sem ég þyrfti að gera, fyrir utan að setja gleraugun á Sobo?" spurði Charles.

Sobo hristði höfuðið. "Reyndu eitthvað annað."

"Færðu okkur í Skýjaherbergið!" krafðist hann.

Aftur sveifluðust allir í hópnum, eins og einhver hefði opnað glugga.

"Lokaðu augunum," sagði Charles. "Allir tilbúnir?" Allir kinkaðu kolli. Hann lokaði augunum þegar ofurhetjuhópurinn ásamt Sobo sundraðist.

"Eitthvað er öðruvísi," sagði Lachie og opnaði augun. "Mér líður öðruvísi."E-Z fann líka fyrir undarlegu tilfinningu þegar hann opnaði augun. Hadz og Reiki voru núna að hnerra. Þetta virtist skrítinn tími til að taka smá blundi. Og hvað annað var öðruvísi?

Gleraugu Raphael voru litlaus. Af hverju? Slíkt hafði aldrei gerst áður. Og hvað annað? Alfred – hvar í ósköpunum var Alfred?

"Alfred? Hvar ertu?"

Lia brast í grát."Af hverju ertu að gráta?" spurði E-Z.

"Af því að ég sé ekkert, ekki með höndunum. Ekki lengur."

"Charles. Gleraugun," sagði Brandy.

"Hvað með þau?" tók hann þau af sér.

Þau þekktu fyrir eyrun, á meðan Sobo kastaði höfði aftur á bak og gjaldi eins og banshee, þar til mjúk hljómsveitar-tónlist yfirgnæfði öskur hennar og allir sofnuðu.

✳ ✳ ✳

Nú þegar tvíburarnir voru sofnaðir undruðust Samantha og Sam hvernig fundurinn gengi í herbergi E-Z. Þegar þau komu þangað var hurðin læst og enginn svaraði þegar þau bankuðu.

"Þetta er skrýtið," sagði Sam. "E-Z læsir aldrei hurðinni."

"Farðu og sæktu lykilinn," sagði Samantha.

Sam hafði slæmt fyrirboða þegar hann setti lykilinn í lásinn.

Sam og Samantha horfðu á, á meðan Sobo, Brandy, Lia, Lachie, Haruto, Charles og E-Z staraðu fram eins og maníkín í verslunarglugga.

"Þau eru varla að anda," sagði Sam.

"Og hvar er Alfred?"

"Og af hverju er Charles með gleraugu Raphaels?"

"Mér er ógnvart," sagði Samantha og tók hönd eiginmanns síns í sína.

"Ég held að við ættum ekki að trufla neitt hér," sagði Sam. "Mér finnst að eitthvað sé í gangi sem við vitum ekki um."

"Þetta er óhugnanlegt."

"Hvað er það?" spurði Sam og tók eftir kassa við fótendann á rúmi E-Z. "Ég get ekki trúað þessu! Þetta getur ekki verið." Hann beygði sig niður, lyfti lokinu af kistunni sem hann hafði séð mörgum sinnum í herbergi bróður síns. Kistu sem hann hafði haldið að hefði eyðilagst í eldinum. Eins og gerðist með E-Z, risu upp minningarnar sem lyktin inn í kistunni skapaði og hann varð yfirbugaður af tilfinningum.

"Förum héðan," sagði Samantha. "Þú getur sagt mér meira um kistuna úti."

"Látum hana bíða smá stund. Þau vakna fljótlega og..."

"Ég held að við höfum engan annan kost," sagði Samantha, þegar þau lokuðu hurðinni á eftir sér.

KAFLI 19
SKÝ HERBERGI

Charles stóð um stund og tók til sín umhverfið. Hefði hann komið þeim á vitlaust stað? Hann og hinir (sem allir voru sofandi) voru hátt uppi á himni, án þess að eitt ský væri að sjá. Þeir höfðu lent á miðri glerpall. Hvernig hann hélt sig uppi hafði hann enga hugmynd um. Hann tók eftir að hjólastóll E-Z var að rúlla áfram, svo hann hljóp að honum og vakti hann.

"Hvar erum við?" spurði hann og klappaði Hadz og Reiki, sem enn sváfu djúmsvef á öxlum hans, vakti þá til lífs.

"Vaknið! Vaknið!" skipaði Charles.

Einn af öðrum opnuðu þeir augun, og þegar þeir áttuðu sig á hversu hátt uppi þeir voru, héldu þeir fast í hvorn annan og reyndu að hreyfa sig ekki. Reyndu að horfa ekki niður í gegnum glerplötuna sem var að koma í veg fyrir að þeir hröpuðu til jarðar.

"Ef þetta væri með handriði!" hrópaði Lia. Hún gat nú séð allt, en hluti af henni óskaði þess að hún gæti það ekki.

"Hvað heldur þessu uppi, það er það sem ég kemst ekki að," sagði Charles.

"Ég hef aldrei verið mikill aðdáandi hæðar," sagði Brandy og greip í næsta hönd sem var tiltæk, hönd Charles.

"Ó," sagði hann og fann hversu köld hönd hennar var.

"Ég ætla að fljúga þangað yfir og kíkja," sagði E-Z, og hann flaug af stað, fljúgandi um pallinn sem virtist spretta úr engu, engu haldandi undir sér og engu akkeri sem hélt honum á sínum stað.

Haruto hélt í hönd ömmu sinnar. Hún vaknaði hægar en hinir. Þegar hún virtist vera alveg vakandi, var allt sem hún sagði: "Ó nei." Endurtekið.

"Þetta er ekki Skýjaherbergið sem Rosalie tók þig með í, er það?" spurði Charles.

Sobo tók eitt skref, tveimur skrefum, á meðan börnin héldu fast í hana. Hún lokaði augunum, þrýsti þeim fast saman, og opnaði þau aftur.

"Hvað ertu að gera?" spurði Brandy.

"Ég er að leita að bókunum," sagði Sobo. "Ef þetta er staðurinn, þá ættu að vera bækur hér. Mikið af bókum. Ég sé engar. Ekki eina einustu."

E-Z, sem var enn að kanna uppbyggingu pallanna, spurði: "Er ykkur ekki tilfinningin að við séum á réttum stað? Geta bækurnar verið dulbúnar? Sá einhver þær?"

Allir hristu höfuðið neitandi, jafnvel Hadz og Reiki, sem höfðu hingað til ekki látið orð falla hvor um sig.

"Ég hef slæma, slæma tilfinningu fyrir þessum stað," sungu Hadz og Reiki í kór.

Charles hikstaði áður en hann talaði. "Ég sá bókasafn í huganum þegar ég setti gleraugun á mig, og það var eins og Sobo lýsti því fyrir okkur. Það var engin glergrind. Þetta er ekki staðurinn sem ég ímyndaði mér. Í fyrstu hélt ég að gleraugun hefðu gert mistök, en núna, ef Hadz og Reiki hafa slæmt augnaráð, og Sobo líka, held ég." Sobo kinkaði kolli, og hann tók eftir að hún var að skjálfa.

"Ég held að við þurfum að komast héðan – og fljótt."

E-Z tók eftir að Alfred var horfinn. "Veit einhver hvað varð um Alfred? Við vorum öll tengd með snertingu þegar við komum hingað. Hvernig gat hann tengst?" Nú tók hann eftir að Hadz og Reiki virtust vera frá sér. Næstum eins og þau hefðu verið svæfð, augun hálfopin aftur í höfðinu, og þau áttu í erfiðleikum með að halda sér vakandi.

"Tófar hafa ekki fingur til að snerta," sungu tvær væntanlegar englur í kór. Þær brustu svo í hlátrasköll og snerust í hringi þar til þær voru of svimaðar til að fljóta og féllu niður á glergólfið með PLASTI.

"Allt í lagi, Charles, þetta er nóg af sönnunargögnum fyrir mig. Færðu okkur heim aftur – núna."

Charles, sem hafði tekið gleraugu Rapháels af honum, setti þau aftur á sig með það í huga að hlýða skipunum E-Z og hrópaði: "Ó, þar eru þau!"

"Sérðu bækurnar núna?" spurði Sobo.

"Ég sá þær ekki þegar við komum fyrst, en nú sé ég þær. Hvað á ég að gera núna?"

"Þetta er ekki skynsamlegt," sagði Sobo, "hvers vegna myndu þær vera duldar fyrir þér og svo opinberast? Rosalie nefndi ekki þessi mál."

"Ég held að loftið hér uppi sé að hafa áhrif á heilann á okkur," sagði E-Z. "Mér er farið að verða svimi, eins og ég sé að missa mig. Við verðum að komast héðan strax, annars endum við liggjandi á bakinu á pallinum eins og Hadz og Reiki."

Charles rétti út höndina og bók flaug inn í hana sem hann stútaði inn í skyrtuna sína. "Færðu okkur aftur!" hrópaði hann. Eins og í fyrsta sinn sem þeir prófuðu það, gerðist ekkert.

"Kannski þurfum við að halda í hendur," sagði Sobo. "Og loka augunum aftur."

Þeir gerðu það bæði og samstundis byrjuðu gífurlegir vindhviður að blása þeim um pallinn. Þau þröppuðu saman, eins og fótboltalið fyrir stórt leikskipulag, og héldu hvert í annað. Þau þrýstu fótum sínum fast að pallinum, í þeirri von að fljúga ekki burt.

E-Z brá huga sínum í sundur til að finna leið út. Var eina leiðin að nota eina og aðeins eina tækifærið til að kalla á Raphael til að bjarga sér? Hann horfði til Charles, sem virtist dofna inn og út. "Charles!" hrópaði hann, og þá tók hann eftir, yfir öxlina á sér, að Baby, Little Dorrit og Alfred voru að koma hratt að þeim.

Alfred hrópaði: "Við verðum að koma þér héðan – núna. Þessi staður er eins og viti, sem lýsir þér upp svo allur heimurinn sjái þig, þar á meðal Furíurnar!"

Sobo hvæsdi: "Ég vissi ekki að þau hefðu notað Rosalie sem gildru."

"Charles sá bækurnar og hann fékk sér eina. Við skulum komast til öryggis. Enginn er sekur. Ætlanir þínar voru allar góðar," sagði E-Z.

"Takk," sagði Sobo, á meðan hún fór að dofna inn og út, eins og Charles hafði gert. Brandy tók utan um hönd hennar og hélt henni fast þar til Sobo dofnaði ekki lengur.

Alfred sagði: "Komdu!"

Lachie stökk upp á bakið á Baby, dró skjálfandi Charles með sér um borð og flugu burt. Inni í skyrtunni hans stækkaði bókin sem hann hélt í og tvö hnappana hans flugu af. Hann hélt bókina fast með annarri öxl og Lachie með hinni, á meðan Baby eykur hraðann.

Little Dorrit beygði sig niður án þess að snerta pallinn, svo hinir gætu komist um borð, á meðan E-Z greip í Hadz og Reiki. Þau flugu burt, Alfred og E-Z flugu hlið við hlið, á meðan himinninn breyttist úr bláum í svartan, svartan í bláan, aftur í svartan, og stjörnurnar komu fram, en þetta voru ekki stjörnur. Þetta voru augnaeplur. Booger var að skjóta augnaeplum, eins og þau sem hann hafði rekist á í Dvalardalnum þegar hann hitti Fúrin fyrst.

SPLAT. SPLAT. SPLAT.

SPLAT. SPLAT. SPLAT. SPLAT.

SPLAT. SPLAT. SPLAT. SPLAT. SPL-

Charles öskraði af öllum lungum: "HEIM!" Og að þessu sinni virkaði það. Þau voru komin heim aftur. Örygg.

Haruto lagði hendur um ömmu sína.

"Svo gott að vera komin heim aftur," sögðu þau hvor við annað.

Stuttu síðar komu Sam og Samantha.

***

"Við sáum ykkur sofandi í herberginu ykkar. Við vissum ekki hvað við ættum að gera," sagði Sam.

"Það er löng saga," sagði E-Z.

Sobo spurði Charles: "Tókst þér að halda í bókina?"

"Jú, það gerði ég," sagði Charles og hélt henni uppi. Þetta var stór, innbundinn bindi með þykku broti sem allir gátu séð og lesið –Stóru væntindunum eftir Charles Dickens.

"Þú komst með eina af þínum eigin bókum?" hrópaði Brandy.

Lachie hæðni.

"Ég..." sagði Charles. "Þið sögðuð mér að velja hvaða bók sem er, og þetta var sú sem ég gripti til handa mér handahófskennt."

"Allt gerist af einhverjum ástæðum," sagði Lia.

"En þetta er nú dálítið of langt gengið," hrópaði Brandy.

"Allir rói sig," sagði E-Z. "Charles gerði sitt besta undir kringumstæðunum – og að minnsta kosti sá HANN bækurnar. Enginn okkar gat það."

"Great Expectations," sagði Alfred, "er frábær-bók!" Hann hljómaði eins og breska útgáfan af Tony the Tiger í morgunkornsreklömunum.

"Hann hefur rétt fyrir sér," voru Sam og Samantha sammála. "Þetta er ein af bestu skáldsögum sem nokkru sinni hafa verið skrifaðar."

Charles tók gleraugu Raphaels og rétti þeim aftur til E-Z sem setti þau strax á sig. Hann hristði höfuðið, en titill bókarinnar sem Charles hélt á var enn annar. Hann las nýja titilinn upp hávært,

"Field of Dreams eftir W. P. Kinsella."

"Fáðu mér að prófa," sagði Lia og rétti hendina að gleraugunum hans Raphaels.

"Bíddu!" hrópaði E-Z þegar Lia tók þau af andliti hans. "Ekki setja þau á þig. Mundu, Raphael sagði að aðeins ég mætti bera þau, en ég gerði undantekningu fyrir Charles vegna draums Sobo, en ég held ekki að við ættum að láta þau ganga á milli. Að auki vitum við nú þegar svarið við spurningunni sem við öll erum að spyrja okkur sjálf. Þetta er bók sem verður hvaða titill sem lesandinn vill sjá."

"Eða þarf að sjá," sagði Sobo."En ég vildi ekki né þurfti að sjá Great Expectations. Ég hef ekki einu sinni heyrt um hana!"

"En ímynda þér," sagði Sam, "hvaða konar bókasafn þetta gæti orðið í framtíðinni. Allt sem við þurfum að gera er að hugsa upp titil bókarinnar, og voila, þá erum við með hana í höndunum."

"Þetta væri þó ekki mjög gott fyrir höfundana, ég meina, hvernig myndu þeir fá borgað?" Samantha spurði.

"Ég veit ekki hvernig þetta myndi allt virka, og kannski erum við að missa af einhverju stóru hér," sagði Alfred.

"Stóru, eins og hvað?" spurði E-Z.

"Hvað ef það væri bókin sem valdi lesandann í stað þess að lesandinn velji bókina?"

"Dú-dú-dú-dú," söng Brandy, sem var tónlistin úr The Twilight Zone.

"Skoðum þetta aftur. Sobo dreymdi að Rosalie sýndi henni Skýjasafnið og með gleraugum Raphaels gat Charles tekið okkur þangað. Sem hann gerði, en staðurinn var ekki eins og búist var við. Aðeins Charles gat séð bækurnar, hann tók eina og á heimleiðinni vorum við ráðist á af augum sem skutu slími, svipuðum þeim sem réðust á Hadz Reiki og mig í Dauðadalnum."

Þetta er í hnotskurn," sagði Brandy.

"Það sem ég er að velta fyrir mér er, hvort Eriel hafi sagt Fúriunum frá því að Raphael gaf E-Z gleraugun sín," spurði Lachie.

"Það er eitthvað sem við munum kannski aldrei komast að," sagði E-Z, "því Michael gaf Eriel aðeins eitt tækifæri til að tala við mig." Hann gekk að glugganum og leit út. "Ég velti fyrir mér," sagði hann.

"Hvað?" hrópaði allur hópurinn.

"Hvort Fúrinni viti af gleraugunum og völdum þeirra. Ef þær blekkja okkur í gegnum Rosalie til að heimsækja Skýjasafnið, þá hlýtur að vera að þær viti af Charles. Það þýðir að hann er ekki lengur leynivopn. Hvernig gátu þær mögulega vitað það? Og samt, augnkrappið – það er of mikil tilviljun.""Eriel sagði þér jú að nota gleraugun," sagði Alfred.

"Ég sá hann, hvernig hann var í haldi og það var engin leið, engin leið möguleg að hann hefði getað sent Fúriunum skilaboð... ekki með Michael að gæta hvers einasta skrefs hans." E-Z velti sér aftur þangað sem hinir voru. "Að auki Alfred, hvernig komst þú frá okkur?"

"Ég týndist inni í svörtu skýi, þangað til ég kallaði á Little Dorrit og Baby til að hjálpa mér og þú þekkir restina."

"Þetta var svo skrítið," sagði Charles. "Á einu augnabliki sá ég ekki bækurnar, ég tók gleraugun af mér, setti þau aftur á mig og þær voru alls staðar. En samt var ég sá eini sem sá þær."

"Ég gat séð þær," sagði Baby. "Þessi flaug að mér," hann kastaði henni til Charles sem tók hana með tveimur fingrum.

Það var smákríli, með litlum titli á hryggnum sem allir lásu upphátt:

"Allt sem þú vildir vita um hefndarguðina en þorðir ekki að spyrja eftir óþekktum höfundi."

"Mark!" hrópaði Brandy.

Þau söfnuðust kringum litla bókina, á meðan Charles opnaði hana afar varkárlega. Inni á forsíðunni var autt, eins og á fyrstu síðu. Hann sneri sér að næstu síðu, þar sem stóðu orð sem hófu strax að hreyfast, að skiptast á. Orðin flutu um síðu, skiptust á og röðuðu sér upp á nýtt eins og þau hefðu gleymt hvaða orð og tungumál þau ættu að tákna.

E-Z, sem var enn með gleraugu Raphiels, varð svima þegar orðin hreyfðust um og hann tók þau af sér.

"Þú mátt prófa," sagði hann við Charles og rétti honum gleraugun.

Charles setti þau á sig og tók þau fljótt aftur af sér og hljóp að glugganum til að fá ferskt loft. Hann rétti gleraugun aftur til E-Z.

"Nú þú," sagði hann við Sobo, sem neitaði að prófa gleraugun, eins og Haruto.

"Ég prófa þetta," sagði Lia, en hún gekk fljótlega til gluggans með Charles.

"Lachie?" spurði E-Z.

"Jú, vissulega," sagði hann og setti gleraugun á sig, en tók þau strax aftur af sér. "Ekki gott," sagði hann og plöppaði sér niður á rúmið.

"Láttu mig prófa!" sagði Brandy, á meðan E-Z lagði gleraugun í hönd hennar, og hún setti þau á sig. "Bíddu smá," sagði hún, "ég held að ég sjái eitthvað, það er það er..." og hún spúði grænu efni sem lenti heppilega á veggnum í stað þess að lenda á manni.

"Komdu með okkur," sögðu Sam og Samantha við Brandy, "við hjálpum þér að hreinsa þig."

"Æ, takk," sagði E-Z, sneri stólnum að Alfred og setti gleraugun á nefið sitt.

"Örn með gleraugu. Hættulegt!" sagði Alfred.

"Þú lítur mjög lærðlegur út!" sagði Charles.

"Þú lítur út eins og prófessor Ludwig Von Drake!" hrópaði Brandy.

Sam sagði: "Hann var kennari Öndarins."

"Ó," sögðu þeir sem voru of ungir til að hafa heyrt um Öndina.

"Guð minn góður," sagði Alfred, þegar orðin hættu að snúast í hring og urðu aftur eins og höfundurinn hafði skrifað þau. Hann las fyrstu tvær síður, svo næstu, næstu og næstu. Hann flaug í gegnum alla bókina eins og hraðlesari og þegar hann hafði lokið, skellti bókin sig saman.

POOF

Og það var horfið.

"Jæja, þetta var áhugavert," sagði Alfred, rétti E-Z gleraugun aftur og kom í veg fyrir að hann félli.

"Viltu meina að þú lasir allt?" sagði Sam. "Þessi gleraugun eru stórkostleg."

"Ég man allt, en ég þarf að vinna úr upplýsingunum og ég þarf hvíld. Ég vil ekki sitja hér og lesa þetta upp fyrir þig allt saman. Það er betra að ég fari yfir það sem ég hef lært og þá tölum við um það."

"Hvað ef," spurði Brandy, "þú missti af einhverju sem einhver okkar hefði ekki misst af? Ekkert persónulegt."

Alfred hló. "Aðeins af því að ég er nú í svanasveiflu þýðir ekki að ég hafi ekki lesið ótal bækur á lífsleiðinni. Reyndar sótti ég Oxford-háskóla þegar ég var ungur maður og útskrifaðist með heiðursviðurkenningu. Ég hef stundað bókmenntir og listir."

E-Z sagði: "Þú valdir ekki bókina – bókin valdi þig. Enginn okkar gat lesið eina einustu setningu í henni."

"Takk fyrir að trúa á mig."

Lia sagði: "Hversu langan tíma viltu hugsa þetta? Getum við farið og horft á þessa mynd?"

Samantha sagði: "Ég þarf að gera meira poppkorn. Við höfum þegar borðað hitt skálina."

"Álagseating," sagði Sam með kinkandi kolli.

"Takk," sagði Alfred. "Ég kem aftur til þín um leið og ég get."

"Taktu allan þann tíma sem þú þarft," sagði E-Z, "komdu og vertu með okkur þegar þú ert tilbúinn."

Hópurinn fór inn í stofuna og undirbjó myndina. Samantha gerði meira poppkorn í örbylgjuofninum. Allir söfnuðust saman til að horfa á myndina.

Alfred svaf í smástund á sínum vanalega stað, en hann dreymdi drauma, aðallega martraðir, og á endanum fór hann út í garðinn til að fá sér ferskt loft. Allir voru að treysta á hann, og álagið þyngdi hann, á meðan efnið úr smámyndabókinni svifu um hugann á honum.

KAFLI 20
Skilaboð frá Frakklandi

E-Z horfði á fyrri hluta kvikmyndarinnar með hinum, en þegar hann varð órólegur ákvað hann að vinna aðeins í vinnunni sinni. Hann kíkti inn í herbergið sitt, bjóst við að finna Alfred fast sofandi, en hann var hvergi að finna. Áhyggjufullur fór hann út að bakdyrunum og leit út, þar sem svani lá fast sofandi útbreiddur á grasstól. Hann lokaði hurðinni, sneri aftur inn í herbergið sitt, opnaði fartölvuna sína og skráði sig inn.

Hann velti fyrir sér nokkrum sinnum hvort hann gæti einbeitt sér að því að skrifa skáldsöguna sína eða hvort hann ætti að nota tímann til að gera frekari rannsóknir á óvinum þeirra, Fúriunum. Hljóð frá tilkynningu sem kom inn í pósthólfið hans ákvað málið fyrir hann. Hún bar rautt haka sem benti til að hún væri brýn og þótt engir viðhengir fylgdu henni smellti hann ekki á hana. Í staðinn las hann hana í forskoðun. Eða, reyndi að lesa hana.

Skilaboðin voru alfarið á öðru tungumáli. Hann tók eftir nokkrum orðum sem hann þekkti sem frönsk, svo hann afritaði textann, fór inn á leitarvél og límdi eftirfarandi skilaboð inn í netþýðanda:

Kæri E-Z Dickens,

Ég heiti François Dubois og ég er sjö ára. Ég bý í París í Frakklandi og mig langar að vera hluti af ofurhetjuliði þínu. Kannski veltirðu því fyrir þér hvaða hæfileika ég myndi koma með í liðið. Það er góð spurning og ég verð ánægður að svara henni. En ég velti fyrir mér hvort þessi síða sé örugg.

Ef þú vilt tala við mig frekar geturðu sent mér tölvupóst beint. Netfangið mitt er meðfylgjandi. Ég hlakka til að heyra frá þér.

Vinur þinn,

Francois

Hann ýtti á senda og eftirfarandi þýðing kom í gegn:

Kæri E-Z Dickens,

Ég heiti Francois Dubois og ég er sjö ára gamall. Ég bý í París í Frakklandi og mig langar til að vera í ofurhetjuliðinu þínu. Þú gætir spurt hvaða hæfileika ég myndi koma með í liðið. Það er góð spurning og mér er ánægjulegt að svara henni. En ég velti fyrir mér, er þessi síða örugg?

Ef þú vilt tala við mig meira, geturðu sent mér tölvupóst beint. Netfangið mitt er í viðhenginu. Ég hlakka til að heyra frá þér.

Vinur þinn,

Francois

Forvitinn las hann skilaboðin nokkrum sinnum aftur, hugleiddandi tímasetninguna. Hann velti fyrir sér hvort hann væri ekki að ofgera sér með því að halda að þessi krakki alla leið frá Frakklandi gæti verið í samsæri við The Furies. Þó að hann væri of varfærinn, hafði hann rétt á því að vera það, og sem leiðtogi liðsins síns var það hans ábyrgð að ganga úr skugga um að fyrirspurnir eins og þessi væru lögmætar. Hann myndi þurfa aðstoð frænda Sems til að kanna málið, en í bili myndi hann senda út nokkur skilaboð og sjá hvað kæmi til baka.

Hann skrifaði stutt skilaboð án þess að þýða þau. Drengurinn gæti notað leitarvél, eins og hann sjálfur gerði, og fundið þýðanda og eftir að hafa lesið það yfir nokkrum sinnum ýtti hann á SEND.

Kæri Francois,

Takk fyrir skilaboðin þín. Hvernig heyrðir þú um okkur?

Með kveðju,

E-Z.

Svar Francois kom svo fljótt að það gerði E-Z enn tortryggnari. Núna á ensku stóð:

Kæri E-Z,

Takk fyrir snöggu svarið.

Kennarinn minn sá vefsíðuna þína, og við lærðum um þig og liðið þitt sem hluta af kennslustund um nýjustu atburði.

Ég vona að heyra frá þér fljótlega.

Vinur þinn,

Francois.

Það hljómaði sannarlega trúverðugt. Hann sló inn annan skilaboð og spurði Francois hvaða ofurkrafta hann gæti boðið liðinu sínu svo hann gæti rætt það við þá. Stuttu síðar sendi Francois honum eftirfarandi skilaboð:

Kæri E-Z,

Takk fyrir að gefa mér tækifæri til að segja þér frá ofurhetjuhæfileikum mínum.

Í fyrsta lagi, eins og þú, hef ég ekki alltaf verið ofurhetja. Þetta er eitthvað sem við höfum sameiginlegt. Þess vegna hélt ég að ég myndi passa vel inn í liðið þitt.

Í stað þess að segja þér frá því langar mig að sýna þér. Í viðhenginu er einkaskeyti sem gefur þér aðgang að YouTube-rásinni okkar – pabbi hjálpaði mér. Tengillinn er aðeins aðgengilegur þér og boðið til að horfa rennur út eftir fjögurra og tuttugu klukkustundir.

Ég hlakka til að heyra frá þér eftir að þú hefur séð það.

Vinur þinn,

Francois.

Forvitinn og án hika smellaði E-Z á tengilinn. Skilaboð birtust þar sem hann var beðinn um að svara spurningu sem hann átti engan vanda með að svara þar sem hún tengdist hafnabolta.

Þegar hann kom inn, smellaði hann á myndbandið, hækkaði hljóðið og það byrjaði strax.

Fyrsta manneskjan sem hann sá var krakki sem kynnti sig sem sjö ára gamall Francois Dubois í texta sem þýddur var frá honum neðst á skjánum.

Krakkinn var hávaxinn, mjög hávaxinn. Reyndar stóð hann við hlið nokkurra málstika. Faðir hans zoom-aði inn til að sýna að Francois, sjö ára gamall, var þegar 163 sentímetrar (5 ft. 4 in.) á hæð. Fyrir utan hæðina leit Francois út eins og hver annar sjö ára gamall, með rauðbrúnt hár, þykk gleraugu með dökkum römmum á nefinu, skotthúfu, bláar gallabuxur og svarta strigaskó.

"Bonjour E-Z!" sagði Francois og brosti breitt, og það sást að hann vantaði fremstu tennurnar.

E-Z brosti til baka, og horfði síðan á Francois og föður hans ræða málin á frönsku án þess að neinn þýðingartexti birtist. Umræða þeirra virtist heit, miðað við handahreyfingar og svipbrigði. Hann vonaðist til að Francois myndi ekki reyna neitt hættulegt.

E-Z horfði á Francois ganga áfram að þekktasta kennileiti Parísar, Frakklands – Eiffel-turninum. Skilti úti gaf til kynna að inngangsgjald fyrir 12–24 ára væri 5 evrur. Francois lokaði augunum, og opnaði þau svo aftur. Bíddu nú við. Eitthvað hafði breyst, kannski var það lýsingin.

Hann hélt áfram að horfa á meðan Francois staðsetur sig við hlið annars skilti sem á stóð:

Heimsýningin í París, 15. maí 1889.

"VÁ!" hrópaði E-Z og reyndi að átta sig á því hvað hann hafði rétt orðið vitni að. Tímferðalög?

Francois lokaði augunum og var aftur kominn við hlið upprunalega skiltið: 12–24 ára, 5 evrur.

Myndavélin varð alveg óskýr. Neðst á skjánum birtust orðin: "Vinsamlegast biðið stund."

Með smell hóf myndavélin aftur að taka upp, en að þessu sinni stóð Francois við hliðina á Notre-Dame-dómkirkjunni í París. Frá stóru eldinum árið 2019 hafði verið verið að endurbyggja hana og staurarnir og krönarnir unnu af fullum krafti.

Eins og áður lokaði Francois augunum og opnaði þær aftur.

"Ótrúlegt!" hrópaði E-Z.

Francois var árið 1163, á þeim degi sem fyrsti steinninn að hinni miklu Notre-Dame-dómkirkju var lagður.

E-Z ýtti á pásu. Gæti þetta verið falsað? Auðvitað gat það verið. Með tækni dagsins gæti hver sem er falsað hvað sem er. Og samt sagði eitthvað innra með honum að þetta væri ekta. Hann þurfti þó að fá aðra skoðun. Hann þurfti á Frænda Sam að halda.

E-Z horfði á kyrrstæðan mynd af Francois á skjánum og smellaði á ræs. Francois veifaði þegar myndbandið endaði.

E-Z smellaði og sneri aftur í pósthólfið sitt. Hann ýtti á svar og skrifaði Francois eftirfarandi tölvupóst:

Kæri Francois,

Takk fyrir að láta mig sjá ofurkraftinn þinn. Ég þarf að tala við liðið. Ef við ákveðum að taka þig inn, hvenær geturðu þá gengið til liðs við okkur?

Vinur þinn,

E-ZHann beið í augnablik og las skilaboðin aftur áður en hann ýtti á senda. Hann hugleiddi að breyta IF í WHEN. Óákveðinn, hugsaði hann um tímferðagetu Francois. Strákurinn yrði frábær viðbót við liðið.

Engu að síður þurfti hann að fá aðra skoðun áður en hann hugsaði málið lengur. Hann sendi Sam skilaboð: "Átt þú smá tíma?"

Nýr tölvupóstur birtist í pósthólfinu hans með orðunum:

Hæ E-Z,Ef þú tekur mig inn í liðið, geturðu sótt mig?

Vinur þinn,

Francois.

Það þurfti hann að hugsa betur um.

Hann svaraði:

Ég kem til baka til þín sem fyrst.

Vinur þinn,

E-Z.

Sam kom inn í eldhúsið, "Hvað er að frétta, krakki?"

"Fyrirgefðu að ég rjúfi kvikmyndina."

"Ég var að verða syfjaður engu að síður, svo gott að fá smá afvegaleiðingu."

"Ég fékk tölvupóst í gegnum vefsíðuna okkar frá krakka í Frakklandi sem bað um að fá að ganga til liðs við okkur. Hann og pabbi hans gerðu myndband, ég hef þegar horft á það. Hann hefur áhrifamikla hæfileika. Skoðaðu það og láttu mig vita hvað þér finnst."

Sam var þögull allan tímann. Þegar því lauk bað hann um að fá að sjá það aftur.

Þegar það hafði endað í annað sinn spurði E-Z: "Hvað finnst þér?"

"Mér finnst það sem við sjáum áhrifamikið. Tímferðandi strákur frá Frakklandi."

"Við gætum virkilega nýtt svona ofurkrafti í liðinu okkar."

"Nákvæmlega," sagði Sam. "Og þess vegna er ég tortrygginn á þetta. Hefurðu skrifast við strákinn?"

E-Z fletti upp í samtalinu hingað til.

"Hvernig veit hann að þú hafir ekki haft ofurkrafta alla ævi?" spurði hann.

"Já, það var það sem ég hélt líka. En mér finnst það sanngjörn ályktun. Hann er klár krakki."

"Rétt," sagði Sam. "Er þér allrað að ég fletti aðeins í kringum mig og sjái hvað ég finn?"

E-Z kinkaði kolli og Sam tók völdin yfir fartölvunni hans. Hann athugaði IP-töluna sem virtist vera ekta. Hann átti engan vanda með að rekja staðsetningu hennar í París.

Hann leitaði að nafni Francois, komst að því hvaða skóla hann sótti. Komst að því að hann spilaði körfubolta. Komst að því að hann var snjall í stafsetningu. Virðist ekki hafa lent í vandræðum.

Þá fann Sam dánartilkynningu um móður Francois sem hafði látist þegar hann var fimm ára. Orsök dauðans var ekki tilgreind, en óskað var eftir framlögum til Krabbameinssjóðs Parísar.

"Allt virtist vera í lagi," sagði Sam.

"En samt, hvernig getum við verið viss? Ég vil ekki taka óþarfa áhættu."

"Eini vegurinn til að vita það með vissu væri að taka viðtal við drenginn persónulega." Hann hikstaði, "Mm, hann spurði hvenær þú getir komið og sótt hann. Nú þegar ég hugsa mig um er það nokkuð undarlegt hjá tímaferðalagadreng að koma með slíka tillögu."

"Já, ég hafði ekki hugsað um það svona."

"Eitt er víst, E-Z, ef einhver á að ná honum, þá verð það ég. Þú ert nauðsynlegur hér."

"Ég þakka fyrir tilboðið, frændi Sam, en að líf þitt sé í hættu er ekki valkostur."

"Allt í lagi," sagði Sam. "Hefurðu heyrt neitt frá Alfred?"

Rétt á þeim augnabliki gekk Alfred inn í eldhúsið. "HVAÐ?" spurði hann.

SMÁTT

Lítil hvít loðin kettlingur birtist.

"Bonjour E-Z, ég heiti Poppet. Francois sendi mig."

"Ó, drullusokkur," var allt sem E-Z sagði.

Strax kom tölvupóstur frá Francois sem hljóðaði svona:

"Kom hún þangað heilu og höldnu?"

Frændi Sam sagði: "Jæja, þá fáum við svar við spurningunni okkar."

E-Z sló inn: "Já, hún er komin."

SMELL

Poppet hvarf.

"Þetta er svo æðislegt," skrifaði Francois. "Þegar þú ert tilbúinn, ef þú vilt hafa mig í liði þínu, skal ég prófa sjálfur."

"Bíddu þig rólega í bili," sagði E-Z.

"Hvernig vissi Poppet hvar við búum?" spurði Sam.

"Það veit ég ekki."

KAFLI 21

FRANCOIS-DÓMURINN

Næsta dag kallaði E-Z saman neyðarfund hópsins. Þegar allir voru sestir kom hann beint að máli.

"Mögulegur nýr meðlimur hefur beðið um að ganga til liðs við okkur. Sam og ég höfum kannað umsókn hans og allt virðist vera í lagi."

"Ég tek undir þá skoðun," sagði Sam.

E-Z kinkaði kolli, "Francois er tímferðalangur."

"Vá!" sagði Lia.

"Frábært!" sagði Lachie.

Hinir höfðu svipaðar athugasemdir, nema Charles sem spurði: "Hvað er tímferðalangari?"

"Þú ert það!" sagði Brandy.

"Það er manneskja sem ferðast frá einum tíma til annars," sagði Lia.

"Kannski ættum við bara að kíkja á þennan klippu, þá fáið þið betri skilning, við öll fáum betri skilning á því hvað hann getur gert." Hann kastaði auga til Alfreds, "En áður en við tölum um Francois, langar mig að gefa Alfred orðið, svo hann geti frætt okkur um það sem hann fann í bókinni. Orðið er þitt, Alfred."

Lúðróssinn hreinsaði hálsinn, og allir beindu augunum að honum.

"Ég hef farið yfir allt, fram, aftur, til hliðar, og ég óttast að það hjálpi ekki mikið. Þar sem Fúrinum var veitt sérstakt umboð – og þær halda sig við það (þó þær beygji reglurnar) – held ég ekki einu sinni að Zeus gæti refsað þeim fyrir það sem þær eru að gera."

"Ertu að segja að þetta sé vonlaust?" spurði Brandy.

"Nei, ég er ekki að segja að þetta sé vonlaust, en ég sé bara enga leið út úr þessu. Nema auðvitað ef þeir vita ekki það sem við vitum."

"Sem er?" spurði Brandy.

"Áætlun Eriels. Hvernig hann var að nota þá. Hvar Eriel er. Að hann er óaðgengilegur."

"Það er rétt, þeir hlýtur að vera að velta fyrir sér hvers vegna hann er ekki í sambandi við þá," sagði Lachie.

"Og það gæti skapað vantraust," bætti Brandy við.

"Hvað ef," sagði Sam, "að þessar upplýsingar lekið til þeirra?"

"Ég var að hugsa um það sama," sagði Samantha. "Kannski myndu þeir snúa við og flýja án hans."

"En það gæti farið hina öfugu leið. Án hans til að halda þeim í taumi gætu þau... Jæja, hver veit hvað þau myndu gera!" sagði E-Z.

"Þau hafa þegar safnað mörgum sálum," sagði Lia. "Mér finnst E-Z hafa rétt fyrir sér. Að vita að hann sé úr myndinni gæti gert þau djarfari."

Alfred tók eftir að samtalið væri að festast, "Svo, skulum við ræða ofurkrafta Francois. Hann er tímaferðalangur. Hvernig gæti hann hjálpað okkur?"

"Eitt annað," byrjaði E-Z, "og það var frændi Sam sem tók eftir þessu svo kannski væri hann besti maðurinn til að útskýra það."

"Nei, þú mátt alveg segja það," sagði Sam.

"Francois sendi köttung hingað."

"Köttunginn?" spurði Sobo.

"Já. Hún hét Poppet og hún kom inn í eldhúsið. Ég fékk strax skilaboð frá Francois þar sem hann spurði hvort hún hefði komið heilu og höldnu. Hún heilsaði – já, hún gat talað. Eftir staðfestingu á að hún hefði komið heilu og höldnu, hvarf hún aftur. Spurningin sem Sam setti fram síðar var: hvernig vissi hún hvar við bjuggum?"

"Bíddu nú við," sagði Charles. "Sagði ekki einhver mér að heimilisfangið þitt væri birt á netinu?"

"Ég heyrði það líka," sagði Brandy.

Sam sagði: "Vá, það virðist vera löngu síðan, en það er satt."

Þau safnuðust kringum Sam og sáu húsið sitt á netinu tengt við vefsíðuna fyrir alla heiminn til að sjá.

"Jæja, hér er enginn vafi á. Ef þeir vita hver við erum, þá vita þeir líka hvar við erum," sagði Sam. "Nema..."

"Nema hvað?" spurði E-Z.

"Nema þeir séu ekki jafn tæknivænir og við höldum."

Sobo sagði: "Aldrei vanmeta óvin. Þannig verða ómerkilegir illmenni að hetjum."

"Allt í lagi, fyrst skulum við horfa á Francois ferðast um tímann og svo skulum við hugmyndavinna um hvernig hann gæti hjálpað okkur að sigra Furíurnar," sagði E-Z.

Þau horfðu á myndbrotinu í þögn. Þegar því lauk sagði E-Z: "Ég skrifa listann inn. Hver vill byrja?"

"Nei," sagði Sam. "Ég held að við ættum að skrifa þetta niður á gamaldags hátt. Þú veist, með penna og pappír." Hann rétti höndina í eldhússkúffuna og tók fram glósubók sem þeir notuðu fyrir innkaupalista og penna. "Þið byrjið bara að hugsa upp hugmyndir, ég verð ritari. Og þið þurfið ekki einu sinni að borga mér laun."

Eftir nokkur hlátrasköll og smáhlátur byrjuðu hugmyndirnar að streyma:

#1. Francois gæti farið aftur í tímann, komist að því hvað gerðist við PJ og Arden og stöðvað það.

#2. Francois gæti farið aftur í tímann og komið í veg fyrir að börnin væru drepin.

#3. Francois gæti farið aftur í tímann og komið í veg fyrir að foreldrar E-Z væru drepnir, komið í veg fyrir slysið hans.

#4. Sömu sögu um slys Lia.

#5. Sömu sögu um slys fjölskyldu Alfreds.

#6. Sömu sögu um að Lachlan var læstur í búri.

Viðdreg.

Haruto var hamingjusamur með nýju fjölskylduna sína. Lok sögunnar.

Brandy var sátt við að geta dáið og lifnað aftur, þó hún hafi spurt hvort það væri möguleiki að fara aftur að deginum sem hún mætti í prufur. Þessari beiðni var hafnað með öllum atkvæðum.

Charles hafði heldur engar eftirsjár.

Hugmyndavinna hófst að nýju:

#7. Francois gæti farið aftur til tíma áður en Fúrin voru sköpuð til að tryggja að þeim yrði gefið Achilles-hæll.

#8. Francois gæti farið aftur í tímann, til fyrsta dagsins sem Eriel hitti Furíurnar. Hann gæti verið njósnari. Eða gæti hann séð til þess að þær hittist aldrei?

#9. Ef Poppet gæti poppað inn og út, gæti Francois gert það líka?

Alfred sagði: "Bíddu nú við. Þetta er algjörlega brjálað, en hvað ef Francois færi aftur og eytti Furíunum úr tilverunni."

"Vá, þetta er frábær hugmynd!" sagði E-Z. "En í öllum sögum sem ég hef lesið um tímferðalög er alltaf litið hornauga að leika sér með líf fólks og breyta atburðum."

"Já, ég man það úr Back to the Future. En af eigin reynslu," útskýrði Brandy, "þegar ég dey og kem aftur til lífs, er eins og atburðirnir sem leiddu til dauða míns hafi aldrei gerst. Það er eins og draumur, ef þú skilur hvað ég meina?"

Sam teygði úr sér og yaugndi. "Börnin munu vakna fljótlega. Ég vil ekki fara yfir valdmörk E-Z sem leiðtoga, en ég held að við þurfum að eyða smá tíma í að hugsa áður en við grípum til aðgerða."

"Samþykkt. Takk allir fyrir frábæra hugmyndavinnu," sagði E-Z.

Og fundinum var frestað.

KAFLI 22
VÖRMILK

Lia og hinir eyddu deginum í að gera sitt eigið. Um kvöldið, þreytt og örmagna, velti hún sér í rúminu en gat ekki sofnað. Frústreruð eftir margar klukkustundir án svefns og stöðugar áhyggna fór hún niður til að fá sér smá volga mjólk.

Hún setti bolla í örbylgjuofninn, stillti tímann á 40 sekúndur og ýtti á start. Á meðan klukkan taldi niður horfði hún á tölurnar 39, 38, 37, 36 o.s.frv., þar til talan 33 birtist. Þetta var síðasta talan sem hún sá.

"Æ, halló Litla Dorrit," sagði hún og óskaði þess að hún hefði sett á sig sloppinn. "Hvert erum við að fara?"

"Við erum í sendiferð," sagði einhyrningurinn. "Hvert erum við að fara?"

"Þú veist ekki hver?"

"Nei. Ég var að sinna mínum eigin málum þegar þú kallaðir á mig, Lia, manstu það ekki?"

"Ég kallaði ekki á þig," sagði Lia. "Ég hef ekki sofið enn. Þetta er skrýtið."

Einhyrningurinn stöðvaðist í loftinu.

SVÍS

Little Dorrit lagði af stað á fullu spretti.

"Argghh!" hrópaði Lia og hélt í af öllu afli. "Hvað er að gerast? Af hverju ferðu svona hratt?"

"Ég veit það ekki," sagði einhyrningurinn. "Það er eins og einhver eða eitthvað hafi tekið stjórn á mér." Hún reyndi að stöðva sig, eins og hún hafði gert fyrir augnabliki. Nú gat hún ekki stöðvast, sama hvað hún gerði. Hún gat heldur ekki hægt á sér.

"Haltu þig fast!" hrópaði Litla Dorrit þegar líkami hennar fór að rúlla áfram framhjá. "Ó nei!"

Lia öskraði, en hélt þó fast um líf sitt. Að lokum hættu þau að rúlla, en í stað þess að hægja á sér jukust þau enn hraðar.

Þau flugu áfram og áfram á meðan nóttin breyttist í dag. Þegar sólin reis upp á himininn minnkaði fjarlægðin milli hennar og þeirra.

"Mér finnst eins og húðin mín sé að brenna!" sagði Lia.

"Það sama gildir um feldinn minn," sagði Litla Dorrit. "Láttu mig reyna að snúa okkur við aftur." Hún reyndi og eins og áður velti þeim fram á við, koll eftir koll, og minnkuðu þannig bilið milli sín og hins heita sólar.

"Við verðum að snúa við!" hrópaði Lia. "Ef við gerum það ekki, er búið um okkur."

"En ég virðist ekki geta hætt. Ég virðist ekki geta gert neitt. Bíddu, ég mun biðja Baby um hjálp."

Með logandi sólina sem bakgrunn komu þrjú vængjað dýr fram. Þau héldu í hendur, á meðan svörtu klæðin þeirra snérust og krulluðu um líkama þeirra.

KREPP!

KREPP!

KREPP!

Var hljóðið sem fyllti loftið hvellur þungavopnsins þegar Lia og Little Dorrit voru dregnar að því eins og þær væru á toggeislum. Móðurskelfing dynjaði, þó engar stormar væru sjáanlegir, þegar klær sólarinnar réttu sig að þeim og ógnuðu að tortíma tilveru þeirra.

"Við erum búin að því!" sagði Lia. "Takk fyrir að reyna að bjarga okkur." Hún faðmaði einhyrninginn. "Ég vildi óska þess að þú hefðir tauma. Þá gæti ég kannski snúið þér við."

SKNIT!

Taumar birtust.

Lia vafði hendur sínar utan um þá, en áður en hún gat tekið stjórn á þeim, bráðnuðu þeir í ekkert.

"Þú hefur rétt fyrir þér, ég held að þetta sé búið hjá okkur," sagði Little Dorrit. Glerlaga tár runnu úr augum hennar.

BONJOUR

Francois birtist. "Get ég aðstoðað?"

"Þú getur það vel," hrópaði Lia. "Komdu okkur burt héðan!"

"Lokaðu augunum og haltu þig fast," sagði Francois.

Lia og Little Dorrit skjálfuðu af ótta.

DING. DING. DING.

Öndunarvélin. Eldhúsið.

Lia datt á gólfið.

Litla Dorrit lenti örugglega í köldum læk, þar sem hún splæsti sér um, áður en hún hélt heim.

"Hvar hefurðu verið?" spurði Baby.

"Sennilega fékkstu ekki skilaboðin mín. Það skiptir engu máli. Ég er of þreytt," sagði Litla Dorrit. "Ég mun segja þér frá þessu á morgun."

KAFLI 23
Næsti dagur

Það var SoBos röð að elda morgunmat, og hún var sú sem fann Líu, rúllaða upp á gólfinu eins og hent ullarhnútu.

Sobo hrópaði upp á nýtt: "Komdu fljótt! Líu okkar vantar hjálp!"Samantha kom fyrst. Hún lagði strax varirnar að enni Liju til að athuga hitann, og hrópaði síðan til eiginmanns síns að hann færi hitamæli til að staðfesta.

"Hiti hennar er 107,7," staðfesti Sam. "Við verðum að koma henni á sjúkrahús."

Samantha hringdi í 911 á meðan Sam tók Liju upp, bar hana inn og lagði hana á sófann, og þau biðu eftir sjúkrabílnum.

"Ég held vöru," sagði Sam, á meðan eiginkona hans og Sobo fylgdu sjúkraflutningamönnunum sem báru meðvitundarlausa Liju á sjúkrabörum.

Þegar sjúkrabíllinn ók af kantsteininum með öskrandi sirenu, opnaði Lia augun og reyndi að setjast upp.

"Mér líður vel," sagði hún.

Sjúkraflutningamaðurinn mældi hitastig hennar aftur og það var eðlilegt. Hann lyfti öxlum.

Þegar þau komu á sjúkrahúsið var Lia komin í sitt gamla lag aftur og vildi fara aftur heim – strax.

"Þó að lífsgildi hennar séu eðlileg núna, þar sem þið kölluðuð okkur, þurfum við að fylgja málinu eftir. Lia verður lögð inn og þegar vaktandi læknir gefur leyfi, má hún fara heim."

"Jæja, látið mig að minnsta kosti ganga inn," sagði fylgdarkonan þegar ökumaðurinn opnaði dyrnar.

"Nei, litla fröken, þú situr kyrr," sagði hann þegar þeir undirbjuggu sig til að bera borið inn með Samantha og Sobo á eftir.Samantha sendi Sam skilaboð með uppfærslu. Hann svaraði með upplyfts-handar-emoji, rétt þegar hún rekst nánast á foreldra PJ og Arden sem voru að fara út.

"Þeir eru vakandi! Strákarnir okkar eru vakandi!"

"Báðir?" hrópaði Samantha, á meðan hún miðlaði þessum nýjustu fréttum til Sam, sem vakti frænda sinn til að segja honum þær góðu fréttir.

"Ég er á leiðinni!" sagði E-Z eftir að hafa hringt í leigubíl.

KAFLI 24
Spítalinn

E-Z var á leiðinni til að hitta tvo bestu vini sína. Í leigubílnum endurtók hugur hans góðu fréttirnar aftur og aftur. Svo margt hafði gerst. Svo margt sem þeir höfðu misst af. Svo margt sem hann þurfti að segja þeim. Vildi segja þeim.

"Veitðu hvaða herbergi?" spurði hjúkrunarfræðingurinn.

Hann sagði nei og hún fann það fljótt fyrir hann. Eftir að hafa þakkað henni tók hann lyftuna og gekk að herberginu þeirra og velti fyrir sér hvort hann ætti að kaupa þeim eitthvað. Blóm? Sælgæti. Hann ákvað að spyrja þá hvort þeir þyrftu eitthvað.

Þegar hann kom rétt fyrir utan dyrnar heyrði hann röddir þeirra inni og hlustaði með opnum earum í nokkrar stundir áður en hann lét á sig kræla. Þá tók hann djúpt andvarp og reyndi að halda tilfinningunum niðri – hann vildi ekki verða of tilfinningasamur og skammast sín...

"Jæja, komdu inn, þú mjúklingur!" sagði PJ.

"Ahhhhh, hann saknaði okkar!" sagði Arden.

"Ættuð þið ekki að vera fínni eftir allt þetta fegurðarsvefn? Að auki þurfið þið báðir að raka ykkur!"

"Við viljum ekki skyggja á þig og mér líkar eiginlega við tilfinninguna af skeggrótinni minni," sagði Arden.

"Við vitum að þú elskar athygli! Ég sé líka að flöskubursta þínum væri gott að klippa aðeins!"

Móðir PJ, sem var nýkomin aftur inn á herbergið, hvíslaði að E-Z að þau vildu ekki að strákarnir ofgerðu sér, þar sem þeir höfðu aðeins verið vakandi í nokkrar klukkustundir.Eftir stutta spjall faðmaði E-Z báða vini sína og sagðist verða að fara. "Ég kem aftur," lofaði hann, "og ég smygla inn einni eða tveimur borgurum – ég hef heyrt að sjúkrahúsmaturinn sé alveg hræðilegur."

"Þú mátt ekki!" sagði móðir Ardens þegar hún kom aftur inn í herbergið.Hann skaut stólnum afturábak og Arden-móðir stóð andspænis honum, en tveir vinir hans lögðu hendur saman og báðu hann innilega um að koma með sér mat.

Þegar hann gekk eftir ganginum gat hann varla trúað hversu mikið hann hafði saknað þeirra – og hversu vel þeir litu út. Hann tók lyftuna niður á bráðamóttökuna þar sem hann fann Samantha og Sobo.

"Nokkur tíðindi?" spurði E-Z.

"Hún var alveg brjáluðist út í að þau væru að láta hana dvelja hér til að skoða hana," sagði Samantha. "En mér mun líða betur þegar hún fær lausnina og við getum farið héðan."

"Ég líka," sagði E-Z. "Láttu mig fara og kíkja." Hann þrýsti sér áfram niður ganginn og hlustaði á leiðinni á raddirnar innan úr afmarkaðri hleringssvæði sem hann taldi vera bráðamóttökustöðvar. Að lokum heyrði hann rödd Líu innandyra og gekk inn.

"Vinsamlegast biðjið úti," sagði hjúkrunarfræðingurinn.

"En hún er systir mín."

"Ég vil fara heim – núna!" krafðist hún, og lagði hendur yfir bringu.

"Þú munt fá útskrift um leið og læknirinn segir að þú meikur fara. Ekki eina sekúndu fyrr."

"Hvernig hefurðu það? Mamma er áhyggjufull yfir þér."

"Ég læt ykkur tvö eina til að spjalla," sagði hjúkrunarfræðingurinn. "Læknirinn ætti að koma mjög fljótlega. Ó, og vertu viss um að hún haldi ró sinni."

"Æ, takk," sagði E-Z.

Um leið og hún var farin, faðsuðu þau.

"Litla Dorrit og ég brunnum næstum því upp í sólinni!" sagði hún. Hún sagði E-Z frá öllu, eins og það gerðist frá upphafi til enda.

"Áhugavert að það var Francois sem bjargaði þér."

"Ég veit ekki hvernig hann vissi af því. Litla Dorrit og ég héldum að við værum búin að því. Þetta voru örugglega Fúrin. Þær ætluðu að brenna okkur upp! Við vorum að brenna. Þær eru hræðilegar, illar nornir!"

"Vorðu þar ormar?" spurði E-Z.

"Ormar og svipular."

"Þetta hljómar alveg eins og Fúrin." E-Z hikstaði. Hann breytti um umræðuefni. "Hefurðu heyrt um PJ og Arden?"

Hún hristði höfuðið.

"Þær vöknuðu!"

"Ótrúlegt! Þetta er skrítin tilviljun, finnst þér ekki? Þær reyna að útrýma Little Dorrit og mér, á meðan tvær vinkonur okkar sem voru í dái vakna."

"Þú hefur rétt fyrir þér, ég held að þetta sé allt tengt."

Samantha ýtti gardínunni til hliðar. "Hvað er allt tengt?" Hún faðmaði dóttur sína. "Hvernig líður þér núna, elskan?"

"Ég er ekki barn," sagði Lia. "En mér líður betur og ég vil fara heim. Eftir að ég hef heimsótt PJ og Arden."

Sobo kom inn. Hún faðmaði Lia.

"Hvað varð um þig?" spurði hún.

Aftur útskýrði Lia allt. Móðir hennar tók það ekki eins vel og Sobo. E-Z hljóp til og hellti vatni í glas fyrir Sam. Sobo hafði aftur á móti fullt af spurningum. "Vildir þú vera að hita mjólk í örbylgjuofni?"

Lia kinkaði kolli.

"Og þá varstu plægður út úr eldhúsinu?"

"Já, og beint á bakið á Little Dorrit. Little Dorrit sagði að ég hefði kallað á hana, en það gerði ég ekki."

"Og hvað gerðist svo?" spurði Sobo.

"Jæja, Little Dorrit var að fljúga og við vorum að spjalla og þegar hvorug okkar vissi hvert við vorum að fara né af hverju, vorum við að hugsa um að snúa við. Það næsta sem við vissum var að Little Dorrit og ég vorum þvingaðar sífellt nær sólinni án nokkurs afls til að snúa við."

"En þú og Litla Dorrit uppfyllið ekki skilyrði Fúria. Þær ættu ekki að geta snert hvorugu ykkar!" hrópaði E-Z.

Samantha sagði: "Kannski er þetta bara samræmi."

Sobo endurtók ráð sitt frá áður: "Vanmetið aldrei óvin."

Þegar Lia fékk heimild til að fara heim, kom hún og E-Z PJ og Arden á óvart með ostaborgurum og frönskum kartöflum sem þær smygluðu inn.

Á leiðinni heim í leigubílnum með Samantha, Sobo og Lia var E-Z að hugsa um eitt og aðeins eitt: Fúriurnar höfðu ráðist á Líu og Litlu Dorrit en mistekist. Ekki aðeins höfðu þær mistekist – þökk sé Francois – heldur hafði alheimurinn einhvern veginn sent PJ og Arden aftur.

Tilviljun? Hann taldi það ekki. Í staðinn vildi hann trúa því að völd Fúria minnkuðu ef þær færu út fyrir umboð sitt.

Hvort sem það var, þurfti hann og liðið hans að vera tilbúin hvenær sem var til að nýta sér aðstæðurnar.

Þetta gæti verið þeirra eina tækifæri.

Eini kosturinn sem var þeim í hag.

KAFLI 25
SOBO

"Ég þarf að spyrja eina spurningu í viðbót," sagði Sam við E-Z áður en allir komu inn í fundinn.

"Jæja, spyrðu endilega," sagði E-Z.

"Jæja, ég var að velta fyrir mér hvers vegna Rosalie vissi ekki af Francois."

"Ég," kom E-Z að, áður en Brandy og Lia komu inn í eldhúsið.

"Ekki huga að okkur," sagði Brandy og opnaði ísskápinn, tók út appelsínusafann og kláraði hann áður en hún kastaði umbúðunum í endurvinnslutunnuna.

"Æ, þú ættir að skola þetta fyrst," sagði E-Z, og það gerði Brandy. Síðan settist hún þungt á stól og þurrkaði sér um munninn með baki handar sinnar.

"Fyrirgefðu, ég ætlaði ekki að vera dónaleg, þú veist, að stöðvast svona skyndilega eins og ég gerði. Ég vildi að við værum öll hér til að ræða áhyggjur frænda Sam."

"Sanngjarnt," sagði Lia og settist niður við hlið Brandy.Einn af öðrum komu hinir og settust til borðsins.

E-Z hóf fundinn á því að upplýsa alla um kraftavöxt PJ og Arden, sem vakti upp öflugt lófaklapp frá öllum, þar á meðal þeim sem höfðu ekki einu sinni kynnst þeim.

"Næst á dagskránni – og ég tel að þessi tvö atriði tengist – Lia og Little Dorrit voru blekktar til að yfirgefa húsið og líf þeirra var sett í hættu. Ef ekki hefði verið fyrir Francois, hefðu Fúrin, sem við teljum bera ábyrgð, getað tekist það."

"Bravo Francois!" sagði Charles.

"Hvernig var ykkur blekkt?" spurði Brandy.

"Hvar gerðist þetta?" spurði Lachie.

"Lia, viltu segja frá?" spurði E-Z. Hún hristði höfuðið. "Segið endilega ef ég gleymi einhverju," sagði hann. Hann hélt áfram og útskýrði hvað gerðist og hvers vegna þeir töldu Fúrin ábyrg.

"Síðan þá hef ég verið að hugsa um Fúrana og umboð þeirra. Eins og við vitum verða þeir að fara eftir því. Þegar þeir reyndu að drepa Líu og Little Dorrit brutu þeir reglurnar. Hvaða ástæðu gátu þeir haft fyrir að reyna að drepa Líu eða Little Dorrit? Þær brjótust ekki aðeins gegn umboði sínu, heldur mistókst þeim. Íhugið nú hvað gerðist á sama tíma – ég meina auðvitað PJ og Arden – þau vöknuðu úr dái. Tilviljun? Ég held ekki.

"Og því meira sem ég tengi þau í huga mér, því meira velti ég fyrir mér hvort Fúriurnar séu að veikjast. Ef ég hef rétt fyrir mér, gæti nú verið rétti tíminn fyrir okkur til að leggja þær niður."

"Það er mögulegt," sagði Alfred, "en ég man eftir að hafa lesið um Einstein á skólaárunum – sem gæti sannað annað. Ég meina, þetta hefði ekki þurft að vera Fúrinum. Það gæti hafa verið truflun á rúm-tímaheildinni. Þar sem Francois gat bjargað þeim, og enginn okkar vissi að þetta væri að gerast, virðist þetta vera möguleiki sem vert er að kanna, finnst þér ekki?"

Sam gekk fram og til baka. "Miðað við allt sem við vitum um Fúrin, og það sem ég man úr lestrum mínum um Einstein – til að hafa nokkra möguleika á að beygja rúmtímaheildina, hefðu Lia og Little Dorrit þurft að ferðast hraðar en ljósið – 186.282 mílur á sekúndu. Ef þú færi svona hratt, myndir þú hreyfast aftur í tímann, ekki fram."

"Við vorum að ferðast hratt, en ekki svona hratt," sagði Lia.

"Segðu okkur aftur hvað gerðist, Lia. Ramma fyrir ramma. Allt fram að því að Francois birtist," sagði Alfred.

Saga Lia hófst í eldhúsinu og endaði á sjúkrahúsinu.

Með atkvæðagreiðslu lýstu allir yfir að þeir trúðu því að The Furies væru ábyrgir, en enginn gat samt útskýrt hvers vegna Francois vissi það eða hvernig hann hafði verið kallaður.

"Kallaðirðu á hann?" spurði E-Z.

"Ég meina, hvernig vissi hann það? Það er eitthvað sem ég ætla að spyrja hann um."

"Sem færir mig beint aftur að upphafinu dagsins," sagði Sam. "Og spurningin mín er, af hverju vissi Rosalie ekki af Francois."

"Og hvernig hefur Little Dorrit?" spurði Sobo.

"Ég veit ekki um Francois, en einhyrningurinn var sofandi þegar ég stökk út í smá gras í morgun."

"Ah, það er gott," sagði Lia.

"Kannski hafa læknarnir skýringu á því hvers vegna PJ og Arden vaknuðu þá sem þeir gerðu?" spurði Sam.

"Það er rétt, þeir gætu það, en ég sé ekki hvernig það skiptir okkur máli. Ekki satt. Aðalatriðið er að þau eru vakandi og við vitum ennþá ekki hvort Furíurnar voru ábyrgðar fyrir þeim. Hins vegar höfum við sönnunargögn um hvað þau hafa verið að gera öðrum börnum og á einn eða annan hátt verðum við að láta þau borga fyrir það. Og við verðum að fá þau til að hætta."

"Kannski hafa læknarnir skýringu á því hvers vegna PJ og Arden vaknuðu þá sem þau gerðu?" spurði Sam.

"Það er rétt, þeir gætu það, en ég sé ekki hvernig það skiptir okkur máli. Ekki endilega. Aðalatriðið er að þau eru vakandi og við vitum enn ekki hvort Fúriurnar beri ábyrgð á þeim. Hins vegar höfum við sönnunargögn um hvað þau hafa gert öðrum börnum og á einn eða annan hátt verðum við að láta þau borga fyrir það. Og við verðum að láta þau hætta."

"Hér! Hér!" sagði Charles og sló höndinni niður á borðið.

"Máum við ræða aðeins meira um Francois," spurði Brandy."Hvað ef hann vill ekki segja okkur neitt," spurði Charles, "nema við samþykkjum hann sem meðlim í liðinu?"

"Charles hefur rétt fyrir sér," sagði E-Z. "Ég er reiðubúinn að nota þetta sem próf með Francois. Ef hann ætlar ekki að segja okkur það sem hann veit, þá er hann kannski ekki ætlaður til að vera einn af okkur."

"Hvað ef hann er mjög góður lygari?" spurði Brandy. "Og sumir eru frábærir lygara."

Lia sagði: "Af hverju förum við ekki í Zoom-símtal? Við getum öll spjallað við hann, séð hvaða maður hann er og svo getum við kosið um það? Ég er þegar reiðubúin að kjósa já."

"Nei," sagði E-Z. "Ég vil ekki að hann viti af Charles, Haruto, Lachie eða Brandy. Allt sem hann veit núna er það sem hann finnur á netinu."

"En samt," kvað Sam upp orðið, "gát Poppet að skjóta sér inn í húsið okkar."

"Já, það er rétt," sagði E-Z.

"Auk þess bjargaði hann Little Dorrit og mér – svo hann veit af henni."

"Mér finnst við vera að hringja hring eftir hring," sagði Alfred. "Á meðan eru fleiri börn að deyja og lenda í Sálaveiðimönnum sem tilheyra öðrum sem hafa dáið," sagði Alfred. "Ég vonaðist svo til að við værum komin lengra, eftir að ég ráði í upplýsingarnar í bókinni."

"Bíddu nú við," sagði E-Z. "Hefur einhver séð Hadz og Reiki í dag?"

Enginn hafði séð þá.

Síminn hjá E-Z titraði. Langt textaboð frá PJ og Arden barst:

"Spyrjið okkur ekki hvernig, en við vitum að Furíurnar eru á leið til ykkar. Og já, við höfum áætlun. Við þurfum að vita það um leið og þið sjáið þær. Sendið okkur textaskilaboð – og Haruto."

E-Z svaraði. "Hvað????"

"Treystið okkur," sendi PJ í textanum.

Þau skiptust á emoji-um með upphættuðum þumli, og svo útskýrði hann stöðuna fyrir Haruto og hinum.

Að vita að Fúrin voru reiðubúnar að hefja bardagann núna, á vígstöðvum óvinarins og án leiðtoga síns Eriels, gerði E-Z kvíðinn. Þær höfðu þó misst óvænta þáttinn, þökk sé PJ og Arden.

Það að sitja áfram og bíða eftir að þær kæmu var þó ekki besta aðferðin.

En þær höfðu forskotinu núna. Allt sem þær þurftu að gera var að sitja og bíða – og vona.

KAFLI 26
Óvæntir gestir

Allir héldu áfram með störf sín, reyndu að halda sér upptekinni á meðan þeir biðu. Þá, þrátt fyrir múrsteinsveggina, brann ólýsanlegur óþefur í gegn.

"Hvað er þetta?" hrópaði Lia og þröppaði fyrir nefið með fingrunum. "Ég finn hann samt!"

Brandy var að gera hið sama með hægri og síðan vinstri hendi; hún úðaði loftilimi í kringum herbergið sem, í stað þess að draga úr styrk ólyktarinnar, virtist gera loftið þykkara og magn auka hana.

"Förum út!" sagði Lachie. "Kannski er betra úti?" Hann kastaði hurðinni upp, þrátt fyrir að skynsemin sagði honum að ef lyktin væri vond inni, yrði hún verri úti. Í fyrstu voru skilningarvit hans blekkjandi og hann fann ekkert. Var hann að venjast þessu? Var Fúrinum að sprengja stinkbomba innandyra?

Þá tók hann eftir Little Dorrit og Baby, sem svifu hring eftir hring fyrir ofan hann. "Það er ekki neitt betra hér uppi!" sagði Baby.

"Óháð því hvernig við förum!" bætti Little Dorrit við.

Þá skall lyktin aftur á hann, eins og högg í andlitið, og um augnablik missti hann jafnvægið. Hann tók eftir þvottastrengnum og festingunum og hljóp að þeim. Hann klemmdi annan fyrir nefið og voila, hann fann ekki neitt. Hann hvíslaði til Little Dorrit og Baby að koma niður og þegar þær gerðu það, setti hann á þær nauðsynlega spjótin (nefið á þeim þurfti nokkur) þar til þær líka gátu ekki lengur fundið vondlyktina.

"Takk," sögðu Little Dorrit og Baby, þegar þær lyftu sér af jörðinni. "Við verðum á varðbergi."

Lachie gaf þeim þumalfingurinn upp, en tók þá eftir smá ósköpinni neðst á stígnum sem lá að girðingunni aftur í garðinum. Hópur dýra myndaði hring, eins og þeir væru á fundi. Hann gekk að þeim, þegar ugla lyfti sér af grein og lenti á öxlinni hans.

"Jæja, halló," sagði hann og horfði í augu uglunnar. "Höfum við hist áður?" Úglunni kinkaði kolli og hann þekkti hver það var. Það var Sobo. "Þegar þú sagðir að ofurkraftur þinn væri umbreyting, hugsaði ég ekki að þú værir svona!"

"Haruto veit það ekki," sagði hún. "A.m.k. held ég ekki að hann muni eftir mér - ennþá." Hún flaug aftur til hópsins, "Komið og takið þátt með okkur," sagði hún.

Lachie gekk á meðal þeirra og var kynntur einn af öðrum fyrir hreindýrinu Oboe, þvottabjörninum Charlie, refnum Louise, fuglinum Lenny (blávinkju) og öðrum fugli Percy (kardínáli).

"Við erum komin til að hjálpa," sagði Oboe hreindýrið, "en við óttumst Fúrin mjög."

"Látið mig fá þá!" hrópaði Charlie ískeglan. "Ég ríf augun úr þeim."

"Og ég ríf hálsinn af þeim!" öskraði Louise refurinn.

"Vá! Bíddu nú við!" sagði Lachie. "Þetta er ekki ykkar bardagi. Þó ég þakki ykkur fyrir tilboðið um aðstoð, af hverju leyfið þið okkur ekki að reyna fyrst? Ef við þurfum aðstoð þína, mun ég flauta og þú getur þá komið inn?"

"Hann hefur rétt fyrir sér," sagði Sobo. "Þó að hann meini ekki mig." Hún horfði á Lachie, til að ganga úr skugga um að hún hefði rétt fyrir sér, og svaraði með hnissi. "Ég þarf að vernda barnabarn mitt og hina."

Lenny og Percy, hin tvö fuglarnir, kvökuðu meðal sín.

Sobo, sem hafði verið róleg, byrjaði nú að spökkva örlítið óreglulega og endurtók: "Vonda hlutir eru að koma! Hrollvekjandi hlutir eru að koma! Hrollvekjandi hlutir eru að koma!"

"Hæ, hæ, Sobo," sagði Lachie og reyndi að róa hana. "Við erum tilbúnir og þeir vita ekki að við vitum að þeir eru á leiðinni."

DUNN DUNN DUNN DUNNANDI

DUNN DUNN DUNN DUNNANDI

DUNN DUNN DUNN DUNNANDI

Var hljóðið sem jörðin undir fótum þeirra gaf frá sér, púlsandi eins og hjarta sem reyndi að brjótast út úr brjósti.

Eftir dunnið kom trommusláttur.

Síðan drunur.

"Fúrin eru að koma!

Fúrin eru að koma!Fúrin eru að koma! Fúrin eru að koma!"

Á meðan himinninn yfir þeim suðaði

og snerist.

og brann.

Frá björtum blæ í blóðugan appelsínugula rauða.

Nágrannar klöngruðust út, eins og nágrannar gera – til að sjá hvað var í gangi með þennan ólyktandi lykt. Sumir hávaðasamir bíleigendur misstu meðvitund þegar skilningarvitin yfirstigu þau og sumir báru poppkorn út á veröndina til að borða og horfa.

Þau höfðu enga hugmynd um hvaða hættu var að koma að þeim.

En samt voru vísbendingar.

Hljóðlátir hvíslar.

Dundrið: dunk dunk dunk dunk.

Þrátt fyrir það hörfuðu margir ekki inn í öryggi heimila sinna.

Í staðinn borðuðu þeir poppið sitt og drukku gosdrykkina sína, á meðan þeir biðu.

MEYGJANDI

Án þess að FLÝJA.

Á meðan jörðin sjálf undir fótum þeirra var

DUNN DUNN DUNN DUNNANDI

DUNN DUNN DUNN DUNNANDI

DUNN DUNN DUNN DUNNANDI

Þá fylgdi trommusláttur dunni.

Síðan drunandi.

"Fúrin eru að koma! Fúrin eru að koma! Fúrin eru að koma!"

$$* \quad * \quad *$$

"Skulum fara út!" hrópaði E-Z. "Og takast á við þá beint!" Hann kastaði framhurðinni vítt opinni, svo hún skall í vegginn.

Brandy, Lia, Haruto, Charles og Alfred stóðu á eftir honum, tilbúnir til að bregðast til varnar um leið og þeim yrði skipað.

Hann leit yfir öxlina og sá Sam og Samantha á leið út. "Ekki þið," sagði hann. "Börnin þurfa á þér að halda inni. Látið þetta eftir okkur."

Sam og Samantha hörfuðu.

Nú stóðu fjórir hermennirnir hlið við hlið á framlóðinni, biðu. Fyrir ókunnuga hefðu þeir getað litið út eins og hópur barna sem beið eftir skólabílnum á venjulegum skóladegi. En þetta var ekki venjulegur dagur. Þetta var Armageddon.

Ermar Liju skulfuðu og skjálfuðu á meðan hún leitaði í huga sínum, opnum huga, í þeirri von að ofurkrafta hennar gætu leitt hana inn í hugi Furíanna. Að hún gæti stigið fram og fundið vísbendingar, upplýsingar sem gætu hjálpað liðinu hennar – en hugur hennar var tómur.

Alfred sagði: "Ég flýg upp á þakið. Sjá hvað ég sé."

E-Z kinkaði kolli. "Vertu varfærinn. Ó, og sjáðu hvort þú finnur Lachie og Sobo." Hann hafði þegar séð einhyrninginn og dreka fljúga hátt yfir þeim. Hann gaf þeim þumalfingurinn upp.

Hávær flautahljómur heyrðist og Baby steypti sér niður, Lachie stökk á bakið á honum og saman með Alfred bættust þeir á þakið. Ugla lenti við hlið þeirra.

"Þetta er Sobo," sagði Lachie.

"Sástu eitthvað?" spurði E-Z.

Alfred flaug með vængjunum, "Risastór hilla er að koma í áttina að okkur, eins stór og jökull, en hún er að hreyfast hratt."

E-Z reyndi að ímynda sér það í huga sínum, en hann gat það ekki, því hvernig í ósköpunum ættu hann og liðið hans að geta stöðvað svona eitthvað? Hvernig?

"Það er að færast í áttina að okkur eins og flóðbylgja," sagði Alfred.

"En það er ekki úr vatni," sagði Lachie. "Það leit út fyrir að það væri úr sandi. Sandbylgja. Sem bar þrjár konur klæddar í svart."

Sandbylgja, já, nú gat hann ímyndað sér hana. "Áætlaður komutími? Ég meina, áætlaður komutími?" spurði E-Z.

"Erfiðara að segja," sagði Alfred. "Mínútur..."

Á meðan hélt jörðin undir fótum þeirra áfram að dynja.

Og þruma.

"Fúrin eru að koma! Fúrin eru að koma! Fúrin eru að koma!"

✳ ✳ ✳

"Komdu inn!" hrópaði E-Z til forvitnilegra nágranna. "Lokið hurðunum, læsið þær. Og einhver setji upp tilkynningu á samfélagsmiðlum. Segið öllum að dvelja innandyra. Segið þeim að koma ekki út aftur fyrr en ég leyfi það! Nú förum!"

SMELL.

SMELL.

Yfir öxlina á honum horfðu úglunni Alfred, Lachie og Baby út, og fylgdust með þegar þeir sem veifuðu lokuðu bilið milli Fúria og liðs hans, á meðan Little Dorrit hélt vakandi auga úr hæðum.

Það var of seint að gera áætlun. Of seint að gera annað en vona að þeir væru tilbúnir, á meðan vindurinn pískaði og ýtti þeim til hliðar og jörðin dynjaði í takt við hjartslætti þeirra.

KRAS.

Aftan við hann losnaði framhurðin og flaug af hengslunum. Hún skoppaði og nötraði eftir götunni áður en hún loks lagðist flöt.

Sam steig út. E-Z sneri stólnum að honum, ótrúlegur eigin augum.

Sam hafði sett saman búning, eða frekar nokkra búninga, og búið til ofurhetju sem var hans eigin sköpun. Á höfði hans var riddarahjálmur með grímunni færðri upp.

Þegar hann gekk áfram féll hún niður og hann þurfti að smella henni aftur upp á sinn stað. Hann hafði sett svartan augnfarða – eins og hafnarboltaleikmenn bera til að útrýma glampa – undir augun. Brjóstið var útbúið, eins og hann væri í skotvesti undir skyrtunni, og á eftir honum dregst langur svartur kápi. Á neðri hluta líkamans var hann í svörtum gallabuxum og uppáhalds hlaupaskóm.

Teymi ofurhetjanna reyndi að halda aftur af sér hláturinn þegar hann gekk að þeim, og þau tóku eftir ofurhetjunafni hans – SAM THE MAN – saumuðu í efnið yfir öxlum hans.

Little Dorrit kastaði sér niður og tók Brandy upp á bakið. Næst stökk Lachie á bak hjá Baby og tók á loft. Hann leit upp á þakið. Little Dorrit var horfin. Alfred og uglan lyftu sér af þakinu. Allir lentu við hliðina á E-Z og hinum.

"Allir fyrir einn!" sögðu þau. "Og einn fyrir alla!"

"En hvar er Sobo mín?" spurði Haruto.

Sobo flaug að öxli hans og hann vissi samstundis að það var hún. Síðan breyttist hún í mannlega mynd.Hópurinn hafði séð frænda

Sam breytast í manninn Sam og Sobo breytast úr uglu í ömmu, en enginn þeirra lét það á sig kreista.

Því undir fótum þeirra hélt jörðin áfram að SLÁ.

Og DUNDA.

En orðin höfðu breyst.

"Fúrin eru nánast komnar.

Fúrin eru nánast komnar.

Fúrin eru nánast komnar."

$$* * *$$

E-Z og lið hans horfðu á þegar risavaxin sandbylgja, eins og skemmtiferðaskip að sigla inn í höfn, drif inn. En þetta skrímsli þeyttist um göturnar, slétti út húsum, trjám og öllu lífi á leið sinni. Og það hægðist ekki á.

Það var ekki nægur tími fyrir þá til að fljúga af stað, auk þess voru þeir lamaðir af hreinni undrun yfir stærð þess. Hún stöðvaðist þó, og Fúrin ríkti yfir þeim, rödd þeirra gjallandi af hlátri þegar þær litu augum á óvini sína í fyrsta sinn.

"Eru þær yfir höfuð raunverulegar?" spurði Tisi. "Þær líta út eins og litlar dúkkur sem bíða þess að einhver stígi á þær."

"Ég sé að þær eiga dreka og einhyrning. Og svana. Ó, guð minn góður!" hrópaði Ali.

"Munið af hverju við erum hér," sagði Meg. "Nú skuluð þið tvær haga ykkur vel á meðan ég fer niður og á samtal við leiðtogann. Hvað hét hann aftur?"

"E-Zed," hrópaði Tisi.

"E-Zed," kallaði Ali.

Saman sögðu þær nafnið E-ZED, E-ZED, E-ZED."

"Þær kalla þig E-Z," sagði Brandy og skaut af stað.

"Nei!" hrópaði E-Z. "Biðið eftir skipun minni!" En það var of seint, Litla Dorrit og Brandy voru þegar á flugi en þær flugu ekki langt, þær fundu sér stað á þakinu.

E-Z og restin af liðinu héldu velli.

"Á hvað eru þær að bíða?" spurði Sam.

Charles sagði, "Þær vona að reykurinn þeirra geri verkið fyrir þær." Hann brosti og allir hlógu. Allir nema Sobo, sem breyttist aftur í uglu, og flaug upp á þakið við hlið Brandy og Little Dorrit.

Fúrin, sem höfðu gott heyrnarskyn, áætlun og ætluðu að fylgja henni, litu illa á að vera skotspónar brandara ofurhetjubarna og tóku einar eftir annarri til lofts. Þegar þær nálguðust jókst ólyktin þegar svörtu kápur þeirra flögrðu í blíðri andvari.

"Takið!" hrópaði Lachie og kastaði fataklemmum til hvers og eins í liðinu.

Nú ekki svo ilmandi nornirnar flugu nær, svo börnin niðri gátu séð þær betur. Augliti til auglitis voru þær stærri en lífið sjálft, bókstaflega, vegna ormarnna sem skríðuðu og renndu sér um allan líkamann á þeim. Tvígreina tungurnar og ormar sem spúðu eitrinu voru undir fylgd hljóðs vöskusláttar í stórkostlegu sýningu á sálfræðilegum stríði.Það var Meg, eins og til stóð, sem braut ísinn með því að öskra: "Hvar er Eriel? Við vitum að þið hafið hann! Fáið hann okkur, NÚNA."

Háværa öskur hennar lét börnin hylja eyrun, á meðan glerhlutir eins og götuljós, svalaljós, gluggar og jafnvel gler í skápum brotnuðu í marga kílómetra radíus.

Þegar hann var viss um að Meg væri hætt að tala (þar sem hún hafði lokað augunum) svaraði E-Z: "Hann er þar sem svikari eru geymdir. Svo nú getið þið þrjú skríðið aftur í þá holu sem þið skröpuðuð út úr!" Og þegar hann hafði lokið máli lyftist hann af jörðinni, á eftir honum fylgdu Alfred, Sobo, Little Dorrit með Brandy Baby og Lachie um borð.

"Þetta er svæði okkar. Þetta eru okkar menn – og þið eigið engan erindi hingað. Í raun og veru eigið þið engan erindi hingað á jörðina yfir höfuð. Þið hafið það aldrei haft. Þið tilheyrið ekki hingað," sagði E-Z. "Og við erum orðin þreytt á blekkingum ykkar. Þið hafið ofspilað ykkar hönd. Þið hafið misnotað völd ykkar. Þið eruð fyrirlitleg. Og við ætlum að láta ykkur svara fyrir það."

"Hvað ætlar lítill strákur eins og þú að gera við okkur?" hrópaði Tisi, sem hafði færst að Meg, "keyrir okkur niður?"

Hástemmda hlátrasköll hennar fyllti loftið og olli því að jörðin undir fótum hinna liðsmanna klofnaði í gjár. Lia, Haruto, Charles og Sam þrönguðust saman í hnút milli gjáranna til öryggis.

Meg tók líka þátt í að kalla á þeim, "Kannski mun svani kítla okkur til bana? Auðvitað getum við plokkkað hann – og borðað hann í hádeginu!"

Þeir liðsmenn sem ekki gátu flogið þrönguðust ennþá þéttari saman. Haruto, sem hefði getað snúið sér burt með flugi, var of hræddur til að hreyfa sig. Hann hélt sig frá hinum opnu gjárunum í jörðinni sem ógnuðu að gleypa þá.

"Og þú, litla stelpan," sagði Alli við Líu. "Við reyndum að bræða þig í sólinni. Þú slappst undan þá. En hvað ætlarðu að gera við okkur núna? Ætlarðu að stara á okkur með höndum þínum og breyta okkur í styttur?"

Fúrin skruppuðu úr hlátri aftur, á meðan jörðin undir þeim dróst saman, eins og hún væri að reyna að fæða eitthvað.

"Nú er ég orðin leið," sagði Meg.

Hin tvær systurnar voru óvenju þöglar, eins og þær væru óvissar um hvað þær ættu að gera næst.

"Meg flaug aðeins nær E-Z, með hendur á mjöðmum, "Við erum að sóa tíma hér! Við erum ekki komnar til að berjast við ykkur í dag. Ekki án leiðtogans okkar. Allt sem við viljum vita er: hvar er hann? Látið hann fara. Látið hann fara – núna. Og við sparar bardagann fyrir annan dag."

"Þið mynduð vilja það, ekki satt!" hrópaði Alfred.

Sem setti Alli í uppnám.

"Komdu til mín, litla svana, svana. Katlinn bíður þín – þú fjöðruða skrímsli!"

"Hann er svanur, ekki gansi, þú fífl!" sagði Brandy og stýrði Little Dorrit að sér.

E-Z, ánægður með truflunina, fékk skilaboð frá PJ og Arden og gaf Haruto þumalfingurinn upp.

Haruto gerði sig ósýnilegan og hljóp hraðar en hratt á spítalann þar sem hann hitti PJ og Arden sem biðu þegar inni í leiknum. Nú drápu þau hvert fyrir sig. Þegar Haruto kom, drápu þau tvö til viðbótar.

Gráðgi Fúria eftir fleiri barnasálum sendi kjarna þeirra inn í leikinn.

"Við höfum þig!" hrópuðu þrjár guðdísirnar.

"Núna!" hrópaði PJ, þegar Arden ýtti á Vista á USB, og þegar það hafði vistast ýtti hann á Útdrátt. Hann lokaði USB-staflinum með límbandi og setti hann síðan í loftþéttan poka.

"Farðu með þetta til E-Z!" sagði Arden.Haruto lenti á jörðinni, gaf ömmu sinni merki, sem greip USB-lykilinn í gogginn og færði hann til E-Z.

PJ sendi skilaboð: "Kjarna Furíanna er að finna á USB-lyklinum."

E-Z setti USB-lyklaborðið örugglega í vasann á gallabuxunum sínum, og næst þegar hann leit á Furíurnar hafði sjónin í gleraugunum hans Rapháels breyst. Líkamir þriggja systra voru að hverfa inn og út, en ormarnir ekki. Þá áttaði hann sig á hver þeirra veikleiki var. "Ormarnir halda þeim á lífi!" hrópaði hann. "Við verðum að útrýma ormunum."

Brandy var þegar orðin nógu nálægt til að ráðast á Alli. Því miður var hún líka nógu nálægt til að orm Alli gæti bitnað hana – sem hann og gerði. Hún hnigi niður, og Little Dorrit tók til flugið, en það var of seint, Brandy var þegar dáin.

"Komdu henni burt héðan!" hrópaði E-Z og Little Dorrit flaug upp í loftið og grét hátt.

"Hún verður í lagi," sagði E-Z.

"Ég held það ekki," hringdi Alli. "Ef þú ert bitin af einni af þessum, þá skipta engin máttarvöld þín máli. En við getum dvalið hér og beðið ef þú vilt? Og þegar hún kemur ekki til baka – þá mölum við restina af liðinu þínu í mola!"

"Þið tíkurnar!" hrópaði E-Z.

Sobo henti sér til ataka, tók augun úr slöngunum ein í einu og lét þau detta til jarðar. Þegar hún hafði lokið við Alli hélt hún áfram með Meg og svo Tisi. Þegar hún hafði lokið verkinu var amma of þreytt til að gera annað en að lenda við hlið sonar síns og hverfa aftur í mannlega mynd.

"En Sobo," sagði Haruto, "ég vil líka berjast."

"Látið þær sjá um restina," sagði hún. "Ég er of þreytt til að bera ykkur."

Sobo og Haruto horfðu á restina af liðinu klára ormarnir.

Fúrin opnuðu munnana og lokuðu þeim aftur en ekkert hljóð kom frá þeim. Fyrir utan að vera raddlausar og hverfa, reyndu líkamar þeirra að halda sér á floti á meðan blóðið í æðum þeirra dropaði niður.

Hjólstóll E-Z hreyfðist undir þeim, tók upp dropana og blandaði blóði Fúria saman við önnur sýni sem hann hafði safnað.

"Þær eru dauðar," staðfesti E-Z, á meðan tómar kápur Fúria flutu eins og svört draugabrot til jarðar.

En það var ekki búið enn.

✳ ✳ ✳

Á bak við E-Z lyfti sandbylgjunni höfði sínu og þegar hún sá götóttu augun umhverfis sig – augu allra barna sinna – vaknaði þessi móðir allra orma til lífsins hægt og bítandi.

Sam, sem tók eftir hreyfingunni fyrstur, hrópaði: "Varastu, E-Z!" og þegar hann heyrði ekki svör hennar bættust Lia, Charles, Haruto og Sobo allir í kallið.Lachie heyrði öskrin þeirra og sá orminn þegar hann skríði að E-Z. Hann horfði í augu ormsins og sagði: "NEI!"

Í eina eða tvær sekúndur hætti móðurormurinn að hreyfa sig, og það leit út fyrir að hún hefði heyrt og skilið skipun Lachie, en þá tók hann eftir glampa í auga hennar. "Beygðu þig, E-Z!" hrópaði hann, þegar Baby opnaði munninn og skaut eldi í áttina að E-Z og móðurhöfrungnum.

Hár E-Z var í logum, og hann slökkti það með því að klappa því, og svo datt stóllinn hans til jarðar.

Baby hélt áfram að spúa eldi á risastóra móðurhöfrunginn þar til hann var brenndur til kaldra kola. Í stað ólyktarinnar sem Furíurnar höfðu skapað fylltist loftið nú af girnilegum kjúklingalykt, eins og hún væri úr bakgarðsgrilli.

"Æ, takk, Baby og allir," sagði E-Z og gekk með fingrunum í gegnum miðjan hárið sitt. Það hafði eytt skörpum skilrúninum.

"Það vex aftur," sagði Sam, þegar jörðin undir fótum þeirra byrjaði aftur að

THRUM

OG TROMM

Hjólstóll E-Z lyfti sér af jörðinni af sjálfsdáðum og blóðdropar byrjuðu að falla niður í gígina sem höfðu opnast í jörðinni.

"Hvað er að gerast?" spurði Alfred.

Undir honum hélt hjólstóllinn áfram að blæða á meðan hann skaut honum um frá stað til staðar. "Einn lítill dropi hér og einn lítill dropi þar," endurtók hann í huga sér. Á jörðinni voru liðsmenn hans að segja sömu orðin sem gengu um huga hans, "Eitt lítið dropi hér og eitt lítið dropi þar," og svo kláruðu þeir saman kvæðið, "eitt smá dropi, alls staðar," og byrjuðu svo aftur upp á nýtt. Hann hristði höfuðið... voru þeir ekki allir að lesa hugsanir hans?

Undir fótum þeirra hélt jörðin áfram.

TROMMANDI

TRUMMANDI.KRAMFÖST.

SPENNI.

Lia lyftist frá jörðinni, rétti út örmum sínum eins breitt og þær gátu orðið, með höfuðið hneigt aftur og augun beint til himins. Og yfir henni rifnaði himinninn. Það tók að rigna, en þegar droparnir lentu á gangstéttinni voru blettirnir rauðir. Himinninn grét blóðtár, á meðan Lia sveiflaðist og snérist í loftinu eins og strengjalaus marionetta.Hinir, án Baby og Lachie, hlupu út á veröndina til að komast undan blóðugu rigningu, máttlausir gagnvart Líu sem hékk enn í loftinu í dái.

"Við munum sjá til þess að hún detti ekki," sagði E-Z, "hinir, leitið ykkur skjóls."

PULSAÐI.

ÝTTI.

Þá varð elding.

Á eftir kom þruma.Þegar erkiengillinn Míkael braut sér leið í gegnum varnarlagið og flaug niður þar til hann var nálægt E-Z.

"Ég skil að þú hafir málið undir stjórn," sagði Míkael.

"Já, kjarna Furíanna er að finna á þessari USB-lykli."

"Kastðu honum til mín," sagði Míkael.

Eins og hann væri að kasta hafnabolta að annarri grunni skaut E-Z USB-lyklinum í átt að Míkaeli, sem rétti út höndina, greip hann og umluki hann í ís. "Ég Eriel mun fá félaga," sagði Michael. "Þær munu allar vera á ísnum til eilífðar. Ó, og að auki, til hamingju allir!" Síðan flaug hann burt jafn snöggt og hann hafði komið.

"Hvað með Líu?" hrópaði E-Z, en Michael svaraði ekki.Jörðin byrjaði að slá og snúast þótt Fúrin væru ekki lengur á henni, og blóðið flæddi ekki lengur úr himni né frá hjólastólnum hans.

Lia flótti enn með augun beint til himins, á meðan hann hrærðist úr blóðugum tárum í blátt, og undir fótum þeirra gróuðu jörðargígarnir með grasi, trjám og blómum.

Þá varð allt kyrrt, þegar Lia, enn í dái, flótti aftur niður til jarðar. Liggjandi á jörðinni, með örmum enn víðopnum, fann hún grasið á baki sínu og brosti af þreytu, á meðan hún minnkaðist og sneri aftur til raunverulegrar aldurs síns, níu og hálfs árs.

"Ertu í lagi?" spurði E-Z, á meðan refurinn, blávinkillinn, bjarnhöfðinginn, kardínálinn og hjörtinn söfnuðust um hana.

Lia opnaði augun, og hún gat séð út um þau. Hún horfði á hendurnar sínar og þær voru orðnar eins og þær höfðu verið.

"Mér líður vel," sagði hún, þegar Lachie hjálpaði henni á fætur.

Sam tók eftir því strax að föt dóttur sinnar passuðu henni ekki lengur. Hann tók ofurhetjukápu sína og lagði hana utan um axlir hennar.

"Takk, pabbi," sagði Lia.

Þetta var í fyrsta sinn sem hún kallaði hann það og hann hafði aldrei verið jafn stoltur þegar tár rann niður kinn hans.

***

Blái liturinn á himni virtist bjartari, eins og stjörnurnar væru að blikka augunum þrátt fyrir að það væri dagur, og grasið á jörðinni virtist dansa í sólargeislunum eins og það væri þakið demantsdögg.

Hvorki E-Z né nokkur úr liði hans gat talað. Enginn vildi brjóta þögnina né raska fegurðinni sem þeir voru vitni að.

HROTTA.

HROTTA HROTTA.

HROTTNIR HROTTAR.

Laufin, sem blésu í vindi. Gerðu hljóð sem minnti á mann. En það var ekki vindurinn, heldur rödd barna um allan heim sem voru að fæðast aftur.

Þeir sem höfðu verið teknir af Fúriunum ýttu líkama sínum upp úr jörðinni og uppgötvuðu að raddir þeirra höfðu snúið aftur.

Börnin lærðu aftur að ganga, hlaupa eða skríða, og öskur þeirra endurómaði um allan heim:

"Ég vil mömmu mína!" öskruðu hin endurfæddu en sálarlausu líkamar barnanna.

"Ég vil pabba minn!" kölluðu hin endurreistu börnin með einum rómi:

"VÁ, VÁ, VÁ!"

"VÁ, VÁ, VÁ!"

"VÁ, VÁ, VÁ!"

Sálarlausu krílin hreyfðust að brúnum, ferðaðust til staða, hreyfingar þeirra hraðari en ljóshraði á meðan þau héldu áfram að kveina:

"Mig langar í mömmu mína!"

"Mig langar í pabba minn!"

"VÁ, VÁ, VÁ!"

"VÁ, VÁ, VÁ!"

"VÁ, VÁ, VÁ!"

Í Dauðadölunum, þar sem sálaveiðimennirnir voru geymdir og geymsluhaldir,

POP

POP

Hurðirnar flugu upp, eins og armar, og sálirnar fóru út, leituðu að líkama sem þær áttu enn eftir að vera í og fylgdu öskrum barnanna.

"Ég vil fá mömmu mína!"

"Ég vil fá pabba minn!"

"VÁ, VÁ, VÁ!"

"VÁ, VÁ, VÁ!"

"VÁÁÁ, VÁÁÁ, VÁÁÁ!"

Sálirnar flugu frá einu barni til annars, í leit að heimilinu sem þær áttu heima í. Það var eins og að horfa á börn sem léku tagl, þegar hver sál kom að og steig inn í líkamann sem hún hafði fæðst í. Þegar sálirnar og líkamar voru aftur orðnir eitt.

SSSSSSS.

Í augnabliki voru litlu krílin aftur hamingjusöm börn og gleðihljóð fylltu loftið.

Aftur í Dvalardal beindu Hadz og Reiki hinum heimilislausu sálum um allan heim sem höfðu verið faldar þar sem þær áttu engar sálaveiðar

POP.

POP.

Hadz og Reiki birtust. "Við gerðum það!"

E-Z og liðið hans faðmuðust. Þeir grétu, þeir hlógu. Síðan grétu þeir aftur, vegna taps eins úr liðinu þeirra. Vegna taps eins af sínum eigin: Brandy.

Sími Liju pípaði. Þetta var skilaboð frá Brandy: "Ég komst að verslunarmiðstöðinni – aftur! Ég vona að allir séu í lagi og að við höfum sigrað þær nornir!"

"Brandy er á lífi!" útskýrði Lia, og sendi svo skilaboð til baka: "Það gerðum við! Ég mun segja þér frá smáatriðunum seinna."

"AHRHHRGHHH!" hrópaði Charles Dickens. Líkaminn hans var að skjálfa og titra. Þegar því lauk var hann í dái með tómum svip á andlitinu og rétti út hendurnar með lófa upp.

"Er hann að fá handaugu?" spurði Lia.

Á sama augnabliki féll bók – stærsta innbundna bindi sem þau höfðu nokkru sinni séð – úr himni og lenti í örmum Charles, krafturinn einn nægði til að reka hann næstum af fótum. Charles jafnaði sig, á meðan risavaxna bókin opnaði sig sjálf og fletti síðum sínum þar til rödd úr bókinni hljómaði:

"Ég er Ferðasaga um hliðstæðar heimsálfur."

Þó röddin kæmi úr bókinni hreyfðust varir Charles Dickens í takt við hvert orð, á meðan grátur barnanna heyrðist enn í bakgrunni:

"WAH, WAH, WAH!"

"GAGG, GAGG, GAGG!"

"GAGG, GAGG, GAGG!"

"Ég vil mömmu mína!"

"Ég vil pabba minn!"

"GAGG, GAGG, GAGG!"

"GAGG, GAGG, GAGG!"

"GAGG, GAGG, GAGG!"

"Ég er svangur!"

"Ég er þyrstur!"

Börnin sem áður bjuggu næst húsi E-Z gengu hlið við hlið að því.

"Heyrið mig nú!" sagði Ferðasaga um hliðstæðan veröld einræðulega.

"Þetta er tilboð sem gildir einu sinni.

Ef þú ert valinn, verður þú að velja.

Einungis einu sinni, vinnur þú eða tapar.

Láttu ekki þetta tækifæri renna þér úr greipum.

Því það mun ekki gerast aftur, á neinum öðrum degi."

Síðurnar snéru fram, og svo aftur til baka. Fram og svo aftur til baka. Snúningshreyfingin stöðvaðist á kafla. Kafla sem bar titilinn Alfred. Og þar voru ljósmyndir af honum með fjölskyldu sinni. Allir eldri. Allir hraustir og vel haldnir. Hann var ekki lengur Alfred lúðusvanurinn á myndunum. Hann var Alfred faðirinn, eiginmaðurinn, maðurinn.

Með tárin í augunum leit Alfred til E-Z. Litið sem þau skiptust á sagði allt. Hann þurfti að fara. E-Z kinkaði kolli.

Síðan sneri Alfred sér að Liju. Hún kinkaði einnig kolli, vitandi að hann þyrfti að fara.

Alfred, trompetsvanurinn, stígur inn í kaflann sem ber nafn hans og breytist aftur í mann. Og úr síðum Ferðasögu um hliðstæðar heimsálfur veifaði hann til vina sinna.Nú stilltu síður Ferðabókar um hliðstæðu heima sig aftur í upphaf bókarinnar. Síðurnar hröktust, aftur og aftur, fram og til baka, þar til þær stöðvuðust loks á nýjum kafla. Kafla sem bar nafn Lachie.

Á myndinni var Lachie ungbarn. Foreldrar hans voru að sækja hann heim úr sjúkrahúsinu. Ungbarnið á myndinni bar sjúkrahúsarmband sem afhjúpaði að raunverulegt nafn Lachie var Andrew.

"Nei, takk," sagði Lachie. "Barnungurinn og ég förum heim fljótlega."

Ferðasaga um hliðstæðar heimsálfur skellti sér saman með svo miklum krafti að Charles datt næstum yfir. Hann jafnaði sig og skömmu síðar hóf bókin aftur að snúa sér. Afturábak, áfram. Blaðsíður hröktust eins og spilastokkur þar til hún lenti á kaflanum sem bar nafnið Haruto. Á myndinni var hann með móður sinni og föður sínum.

"Nei, takk," sagði Haruto strax. Hann tók hönd Sobo í sína og sagði við Lachie: "Viltu ekki skutla okkur til Japans á leiðinni heim?"

Lachie kinkaði kolli. "Gaman að fá félagsskap."

Að þessu sinni skutu logar út úr bókinni áður en hún lokaðist, og Charles var nærri því að láta hana detta.

Ósvöruðu ákallið frá börnunum hélt áfram, það varð háværara eftir því sem þau nálguðust heimili E-Z:

"Mig langar í mömmu mína!"

"Mig langar í pabba minn!"

"Ég er svangur!"

"Ég er þyrstur!"

"VAAH, VAAH, VAAH!"

"VAAH, VAAH, VAAH!"

"VAAH, VAAH, VAAH!"

Charles lokaði augunum.

"Er þetta allt?" spurði E-Z.

"Hvað með okkur?" spurði Lia.

Ermar Charles byrjuðu að skjálfa. Eins og þyngd bókarinnar væri að þrýsta á þær. Þá skellti bókinst aftur, með svo miklum krafti að hann missti jafnvægið og settist niður. Hann lagði aðra fótinn yfir hinn og faðmaði bókina að brjósti sér.

Hún fluguðist aftur upp og augu Charles líka, og enn og aftur hreyfðust síður hennar um, eins og sjávargrös á hafsbotni. Hún skellti sér aftur saman. Síðan sneri hún sér á bakið. Í miðju bókarinnar birtist ramminn. Hann var tómur í fyrstu, eins og hann væri að bíða eftir einhverju. Síðan glitti hann þegar kvikmynd hófst.

Bíóleikur hafði þegar hafist á Dodger Stadium. Dodgers-liðið var að spila við Brewers-liðið. Og E-Z Dickens var gripari. Hann var fyrir aftan "plate"-ið og spilaði eins og atvinnumaður. Á stúkunni sátu foreldrar hans, rétt fyrir ofan bekkinn, og hvöttu hann áfram.

STAÐARHÁLFI Á JÖRÐU.

Í nokkrar sekúndur var sólarljósið hulið þegar Ophaniel braust fram í loftið og hélt á þeirra veg.

"E-Z, ég vildi bara segja þér, áður en þú tekur ákvörðun þína, að hvað sem þú ákveður að gera eða ekki gera mun hafa afleiðingar fyrir aðra."

"Eins og hvað?" spurði hann, án þess að taka augun af rammu myndinni af sér og foreldrum sínum, þótt þau væru ekki lengur að hreyfa sig í henni.

"Hugsaðu um slysið... hvað hefði ekki gerst í heiminum ef foreldrar þínir hefðu aldrei dáið? Ef þú hefðir aldrei misst notkun fótanna?"

Hann kastaði auga til frænda síns Sam, og svo að Samantha, Líu og tvíburunum. Án slyssins hefðu þau aldrei hittst. Tvíburarnir hefðu aldrei fæðst.

"Ef ég ákveð að fara og lifa draumi mínum, hvað mun gerast hér?"

"Það er áhætta sem þú yrðir að taka, og svar sem ég get ekki gefið þér. En ég veit þetta þó: þú ert hvati og límið."

"Allt í lagi, takk fyrir að láta mig vita."

JARÐARÁFRIF

Ophaniel hélt af stað.

"Æ, nei takk," sagði E-Z.

Hann horfði á hann og foreldra sína hverfa burt. Skjárinn varð svartur. Ramminn hvarf og bókin fór að lyftast. Upp, upp, út úr örmum Charles.

Charles stóð eins og hann væri enn að halda á henni. Staraði fram í ekkert.

Þegar hún var komin langt fyrir ofan þá, logaði bókin upp. Hún hvæsdi og gaf frá sér ógeðslykt áður en leifar hennar urðu nógu smáar til að vindurinn gæti borið þær burt. Og Ferðasagan um hliðstæðu heima var horfin.

Charles komst aftur til sjálfs sín þegar börnin komu fjölmennt inn á götu E-Z.

"Mig langar í mömmu mína!"

"Mig langar í pabba minn!"

"Ég er svangur!"

"Ég er þyrstur!"

"VAA, VAA, VAA!"

"VAA, VAA, VAA!"

"VAA, VAA, VAA!"

"Má ég segja þeim sögu?" spurði Charles.

"Það mun ekki skaða," sagði Lia.

Charles hóf að segja söguna af Þremur stórum steinum aftur. Börnin hættu að hreyfa sig, lögðu niður öskur sín og héldu andvarpalaust í hvert einasta orð hans – þar til hann stöðvaðist skyndilega.

"Æ, bölvað!" hrópaði hann, þegar hann tók eftir að hann var að hverfa inn og út, eins og jörðin ætti í vandræðum með að senda út merki hans.

"Bíddu!" sagði E-Z. "Hefurðu einhver ráð fyrir rithöfund eins og mig?"

"Það eru til bækur þar sem kápan er það besta – láttu ekki þína verða eina af þeim. Ég mun sakna ykkar allra!"

Sumir segja að á þeim nákvæma augnabliki hafi geisli af ljósi komið niður, lyft honum af jörðinni og borið Charles Dickens upp í skýin. Sumir segja að hann hafi riðið burt á Little Dorrit og hvorki hann né hún hafi sést síðan. Það eina sem þeir vissu með vissu var að Charles Dickens yfirgaf þá þennan dag og sást aldrei aftur.

"VÁ, VÁ, VÁ!"

"VÁ, VÁ, VÁ!"

"VAA, VAA, VAA!"

FIZZLE

POP

Sálaveiðimaður kom. Hann opnaði hurðina og skaut flugeldum upp í loftið.

Sum börnin urðu hrædd við hávaðann en sumum fannst hann frábær, en þau hættu öll að gráta.

Þegar hann skaut litum upp í loftið bráðnuðu litirnir saman og mynduðu þessi orð:

KOMDU FRAM, KOMDU FRAM

HVERJAR SEM ER!

"Hvað vill það?" spurði E-Z. "Eða ætti ég að segja, HVÖRJU vill það?"

"Er það ég?" spurði Sobo.

"Nei, þetta er fyrir mig," sagði rödd handan við þá. Það var rödd Rosalie.

Allir sneru sér að einhverju, bjartsýnir á að sjá draug eða anda, en það sem þeir sáu var hvorki annað né hitt. Það var kjarni Rosalie... það var allt sem þau vissu.

"Bless elskaða Rosalie!" kallaði Sobo.

Það var ansi kjörinn kveðjustund fyrir kjarna elskaðrar Rosalie, með E-Z og lið hans öskruðu, veifuðu, kastaðu kossum og fagnaðu henni. Það var sönn hátíð til heiðurs öllu því sem hún hafði þýtt fyrir þau, þegar kæru vinir hennar stigu inn í Sálaveiðimanninn hennar og hann flaug burt.

Nú þegar Charles var farinn hófu börnin aftur grátinn,

"VAAH, VAAH, VAAH!"

"VAAH, VAAH, VAAH!"

"VAAH, VAAH, VAAH!"

Í bakgrunni heyrðist nýtt hljóð. Hljóð margra fóta sem hlupu – hratt.

Þegar þau flæddu inn í götu E-Z, sameinuðust mæður, feður og börn aftur ástvinum sínum, og þessi endurfundur átti sér stað um alla jörðina.

"Bravo!" sagði E-Z við liðið sitt.

Þau veifuðu til kveðju þegar Lachie, Baby, Haruto og Sobo flugu burt.

Nú voru aðeins E-Z og Lia eftir.

SMELL!

Fyrst kom Poppet.

BONJOUR!

Á eftir honum kom Francois.

"Æ, við erum of seint á ferð," sagði hann. "Við misstum af öllu!"

Úr húsinu heyrðust öskur Samanthu. "Ó nei, eitthvað er að gerast með börnin!"

Allir hlupu inn í barnaherbergið. Jack og Jill voru fast sofandi.

Sam lagði handlegginn utan um eiginkonu sína. "Þau virðast vera í lagi," hvíslaði hann.

"En þeim líður ekki vel!" sagði Samantha.

"Það verður allt í lagi," sagði Sam.

"Þeir virðast mér líka vera í lagi," sagði E-Z.

"Bíddu bara," sagði Samantha. "Bíddu og þú munt sjá. Ég hefði ekki hrópað nema..." hún sveiflaðist fram og til baka eins og hún myndi detta.

Allir horfðu og biðu. Ekkert gerðist í tíu, fimmtán, tuttugu eða jafnvel þrjátíu mínútur.

Þá gerðist allt í einu eitthvað.

Gult ljós og grænt ljós geislaði frá litlu líkama Jack og Jill.

"Hadz? Reiki?" hrópaði E-Z.

POP.

POP.

Jack og Jill settust upp, eins og eldri ungabörn gætu gert. Sem Jack og Jill gátu þó ekki enn gert.

Samantha missti meðvitund, en Sam náði í hana.

"Hvað í ósköpunum eruð þið tvö að gera?" krafðist E-Z. "Farið héðan – núna!"

Hadz sagði: "Sem umbun báðum við um að fá að vera mannverur."

Reiki sagði: "Og við þurftum líkama."

"Ó, bróðir," sagði E-Z, rétt þegar bankað var upp á.

"Er einhver heima?" spurðu PJ og Arden.

Epilógur

E-Z sló inn orðin: ENDAN. Sáttur við að hafa lokið fjögurra bóka seríu, lokaði hann fartölvunni sinni.

"Komdu þér nú, E-Z!" hrópaði maður á eftir honum.

E-Z tók af sér grímuna sem gripari og leit um sig. Hann var bakvið heimilisgrímuna, að grípa fyrir Los Angeles Dodgers. Dómari var að bursta plötuna. Hann stóð upp og gekk inn í bekkinn þar sem hann var síðasti maðurinn af vellinum.

Hann þekkti nokkra leikmennina þegar hann gekk eftir bekknum og fylgdi þeim fast á eftir.

Hann gekk með fingrunum í gegnum ljósbrúna hárið sitt, sem var allt ljósbrúnt. Það var styttra og klippt nær en hann hafði nokkru sinni áður haft það. Og hann var hærri, örugglega yfir 6 fet og 5 tommur.

Hvað í ósköpunum var eiginlega að gerast? Var hann sofandi? Hann kítti sig. Það særði.

"Þú ert á biðsvæðinu, E-Z!" hrópaði sláþjálfarinn.

Hann fann skjá og skoðaði endurspeglun sína. Hann horfði á sjálfan sig eins og hann væri framandi.

"Jörð til E-Z," sagði þjálfarinn hans.

"Fyrirgefðu, þjálfari," sagði E-Z og hélt til búnaðarskúrs liðsins. Kylfan hans var merkt, eins og allt annað búnaðinn hans. Hann setti hann á sig og steig inn í biðhringinn.

Hann rétti af olnbogahlífarnar og undirbjó sig fyrir fyrstu kúlu. Hann og liðsfélagi hans, sem stóð við kyljuna, gerðu nokkur æfingahögg. Á meðan hann beið tók hreyfing í stúkunni fyrir aftan varamannagrafreitinn athygli hans. Móðir hans og faðir.

"Komdu þeim í koll, sonur!" hrópaði pabbi hans.

Hann gaf foreldrum sínum þumalfingurinn upp og horfði síðan á þegar liðsfélagi hans sló einhitting og komst örugglega á fyrsta grunn.

E-Z steig inn í slákarhólfið, kallaði "tími", stígur aftur út og tók nokkur djúp andköf.

Komdu þér saman, sagði hann við sjálfan sig. Ég vil ekki svíkja liðið. Einbeittu þér. Einbeittu þér.

Hann lyfti handleggnum til að láta dómarann vita að hann væri tilbúinn, og sneri síðan aftur að slákarhólfinu.

"Komdu nú, E-Z!" kallaði mamma hans.

Hann einbeitti sér og horfði á fyrsta kastið fara framhjá. Sennilega yfir hundrað mílur á klukkustund. Hann undirbjó sig fyrir annað kastið. Sveiflaði en missti af boltanum. Liðsfélagi hans stal grunni og lenti örugglega á öðrum grunni.

Þetta er of mikið. Ég er ekki tilbúinn. Ég þarf að vakna. Ég þarf að vakna – NÚNA.

Annað kastið flaug framhjá. Hann sveiflaði en náði ekki boltanum. Þriðja kastið kom og hann sló í það. Hann horfði á liðsfélaga sinn reyna að komast á þriðju grunn, en hann var kastaður út. Hann komst næstum því á fyrstu grunn tímanlega, en hitt liðið fékk tvöfalda útrás. Með tvo út fór hann aftur í bekkinn til að klæða sig í gripið.

"Þú nærð þeim næst!" sagði faðir hans.

Þó að hann hafi ekki komist á grunn var hann í draumi sínum. Að lifa draumi sínum. En hvernig? Hann hafði hafnað tilboðinu frá Ferðasögunni um Varamyndir heimsins.

Komdu mér héðan! Ég vil ekki hafa það svona! Hvar er frændi Sam? Hvar er Lia? Hvar eru tvíburarnir?

Höfuðið fylltist hlátri þegar hann féll til jarðar og hélt áfram að detta. Þangað til hann lenti með dynki á trégólfi, í kofa eða skýli. Sekúndum eftir að hann lenti kviknaði í því.

Hin megin við herbergið sat lítil stelpa. Í fyrstu hélt hann að það væri Lia, en þessi stelpa var rauðhærð. Hann reyndi að vekja hana, en hún hreyfðist ekki.

Á bak við hann var framhurðin rifin af hengslunum. Dökkur, hulinn skuggi gekk inn, ásamt styttri, hettuklæddri manneskju.

Milli þeirra báðra báru þeir stelpuna út.e. "Hjálpið mér!" hrópaði hann.

"Hjálpaðu þér sjálfur!" sagði kvenmannsrödd, hin hærri af tveimur myndunum, á meðan veggirnir byrjuðu að hrynja um allan völlinn.

Hann var aftur á vellinum, á bakinu á jörðinni og horfði upp í augu foreldra sinna.

"Þér mun liða vel," hvísluðu þau.

Takk fyrir!

Kæru lesendur,

Jæja, þá erum við komin að lokum E-Z Dickens-seríunnar. Ég vona innilega að ykkur hafi líkað að lesa hana jafnmikið og mér þótti ánægjulegt að skrifa hana.

Þar sem þið hafið fylgt mér í gegnum þessa seríu, þá er lokakveðja mín og þakklæti til ykkar, lesendur mínir. Þið eruð frábær!

Eins og alltaf, gleðilega lestrar!

Cathy

Um höfundinn

Cathy McGough er kanadískur rithöfundur sem skrifar barnabókmenntir, ungmennabókmenntir, bókmenntasögur, sálfræðileg spennutryllar, ljóð, smásögur og fræðibókmenntir.

Hún býr og skrifar í Ontario í Kanada með fjölskyldu sinni.

Einnig eftir

Ljóðlist

MÁLUN MEÐ ORÐUM - Ljóðasafn

Barnabækur